உலோகம் உரைக்கும் கதைகள்

ஜெ. ஜெயசிம்மன்

டிஸ்கவரி புக் பேலஸ்

கே.கே. நகர் மேற்கு, சென்னை - 600 078.

(பாண்டிச்சேரி கெஸ்ட் ஹவுஸ் அருகில்)

Ph : +91 - 44 - 4855 7525 Mobile : +91 87545 07070

உலோகம் உரைக்கும் கதைகள்
ஜெ. ஜெயசிம்மன்

Ulogam Uraikkum Kathaigal
J. Jayasimhan©

1st Edition : April 2018

Pages : 160

ISBN : 978-93-86555-48-9

Cover Design : Senthil

Discovery Book Palace (P) Ltd,
6, Mahaveer Complex,
Munusamy Salai, K.K. Nagar West,
Chennai - 600 078.
Ph : +91 - 44 - 4855 7525
Mobile : +91 87545 07070

Email : discoverybookpalace@gmail.com
Website : www.discoverybookpalace.com

Rs. 150.00

மகன் தந்தைக்கு ஆற்றும்...

தமிழ் மொழிக்கும் இந்திய - ரஷ்ய நட்புறவிற்கும் பெருமை சேர்த்த தோழர் எழுத்தாளர் திரு.த.ஜெயகாந்தன் அவர்களின் புதல்வர் எழுத்தாளர், ஊடகவியலாளர் - திரு.க. ஜெயசிம்மன் அவர்கள், முன்னாள் சோவியத் யூனியன் 'MIR Publishers' வெளியிட்ட 'Tiles about Metal' புத்தகத்தை தமிழில் 'உலோகம் உரைக்கும் கதைகள்' என்ற பெயரில் மொழி ஆக்கம் செய்திருக்கிறார். இதனை இன்னும் மொழி ஆக்கம் என்பதை விட அதனை உள்வாங்கி எளிய வடிவில் வடித்திருக்கிறார் என்றே சொல்ல வேண்டும்.

இவரின் தமிழ் மொழிபெயர்ப்பு மிக எளிமையாகவும், படிப்பவர்களின் ஆர்வத்தை தூண்டும் வகையிலும் படிக்கும்போதே புரிந்துகொள்ளக் கூடிய வகையில் அமைந்திருப்பது சிறப்பாகும். மேலும் இவரது மொழிநடையில் கனிமங்களின் பொருளுணர்ந்து அந்தந்தப் பொருட்களின் பெயர்களை, அதனைக் கண்டுபிடித்தவர்களின் பெயர்களை நாடுகளின் பெயர்கள் உள்பட தமிழில் வெளிக்கொணரும்போது தமிழ் ஒலி குறிப்போடு வடித்திருப்பது தனிச்சிறப்பு.

இவருடைய தந்தை திரு.த. ஜெயகாந்தன், ரஷ்ய கவிஞர் அலெக்சாண்டர் புஷ்கின் அவர்களுடைய 'கேப்டன் மகள்' என்ற நாவலை தமிழில் மொழி பெயர்த்தவர். அதேவழியில் இவரும் தனது ஆரம்பக் காலந்தொட்டே 'பாலைவனத்து இரவுக் கதைகள்' லியோ டால்ஸ்டாயின் குறுநாவலை மொழி பெயர்த்தவர். தமிழிலும், ஆங்கிலத்திலும் தேர்ந்த பாண்டித்யம் கொண்ட இவரின் இலக்கியப்பணி தொடர வேண்டும்.

 "மகன் தந்தைக்கு ஆற்றும் உதவி இவன்தந்தை
 என்நோற்றான் கொல்எனும் சொல்."

என்பதுபோல பல பிறமொழி படைப்பிலக்கியங்களை மொழிபெயர்க்க வேண்டும் என்றும் விரும்புகிறேன்.

இப்படிக்கு
தங்கப்பன்
பொதுச் செயலாளர்
இந்தோ-ரஷ்ய நட்புறவுக் கழகம்

அணிந்துரை

"மனிதனே ரொம்பப் பழமையான உலோகம்தான். காலம் தான் அவனைப் புதிது புதிதாக வார்க்கிறது. வாழ்க்கையின் அந்த நிர்ப்பந்தத்துக்கு முடிந்தவர்கள் வளைகிறார்கள். வளைய முடியாதவர்கள் உடைந்து நொறுங்குகிறார்கள்." – "புதிய வார்ப்பு கள்" – ஜெயகாந்தன்.

"உலோகம் உரைக்கும் கதைகள்" என்ற இந்த நூலுக்கு அணிந்துரை அளிப்பதில் எனது உவகை பன்முகம் கொண்டது. எனது சகோதரனின் நூல் என்பது முதன்மையான காரணம் என்றாலும் அதுமட்டுமல்ல; உடைந்து போயிருந்தாலும் நம் கண்களில் கலையாமல் எஞ்சி இருக்கும் கவின் மிகு கனவான சோவியத் நாட்டைச் சேர்ந்த நூலுக்குப் புத்துயிரூட்டும் வகையில் சிறப்பாகச் செய்யப்பட்டிருக்கும் தமிழாக்கம் என்பதேயாகும்!

நூலைப் பற்றிச் சொல்வதற்கு முன் ஜெயசிம்மன் என்கிற அப்புவைக் குறித்துக் கொஞ்சம்.....

சிறுவயது முதலே எலியும் பூனையும், பூனையும் கீரியும், நாயும் பூனையும், இவையெல்லாவற்றையும் விட அன்பு ததும்பும் அண்ணன் தங்கையாக வளர்ந்தோம்! எங்கள் பூசல்களும் சண்டைகளும் ஏரியாவில் மிகப் பிரசித்தம்.

இருந்த போதிலும் அவரது தனிப்பட்ட திறமைகள் பல, பட்டை தீட்டப்படாத திறமைகளில் மௌனமானதொரு பெருமிதம் அவரை நன்கு அறிந்த அன்பர்களைப் போலவே எனக்கும் உண்டு; சற்றும் மிகையாக அல்ல.

அற்புதமாக ஓவியம் வரைவார்; சிறுவனாக இருந்தபோது புதிதாய் என்ன பொருள் வாங்கினாலும் அதைப் பிரித்து உடைத்துப் பார்ப்பான். பேனா, ரேடியோ, எதையும் விட்டு வைத்ததில்லை. மீன் வாங்கி வந்தால், 'ஆராய்ச்சி செய்யலாம்

வா' என்று ஜியோமெட்ரி பெட்டியில் இருக்கும் காம்பஸால் குத்தி அதன் பாகங்களைப் பிரிப்பான். எப்போது, என்ன, எங்கே படிப்பான் என்று தெரியாது. ஆனால் நாட்டு நடப்பு முதல், அறிவியல், புவியியல், வரலாறு என்று எந்தத் துறையிலும் எதைப் பற்றி வேண்டுமானாலும் பேச விஷயம் தெரிந்து வைத்திருப்பான்.

அவன் அடிக்கும் ஜோக்குகளில் பல சாகா வரம் பெற்றவை. ஆறாவது படிக்கும்போது 'சிறுசேமிப்பின் பயன்கள்' என்று கட்டுரை எழுதச் சொல்லி இருந்தார்கள். பாடத்தில் இருந்து ஒரு வரி எழுதாமல் முழுதும் சொந்தச் சரக்கை அடித்து விட்டிருந் தான்.

மானமிருந்து ரோஷமிருந்து என்ன பயன்
உண்டு பயன் பணமிருந்தால்

என்று வள்ளுவரே சொல்லி இருக்கிறார் என்று மேற்கோள் வேறு காட்டி எழுதி இருந்ததை ஆசிரியர் கோடிட்டுச் சிறப்பான மதிப்பெண்ணும் வழங்கி இருந்தது வரலாறு!

இயல்பான நகைச்சுவை உணர்வும், எதையும் கூர்ந்து தெரிந்து கொள்ளும் ஆர்வமும் ஒருங்கே பெற்றவர்தான் அப்பு. நான் முதல் வேலையில் சேர்ந்தபோது அவரது பத்திரிகைத் துறைக்குத் தொடர்பில்லாத என் துறையைப் பற்றி பல விஷயங்கள் சேகரித்து வைத்திருந்து அக்கறையுடன் பல கேள்விகள் கேட்டது நினைவுக்கு வருகிறது.

நாஸ்டால்ஜியாவில் ஆர்வம் மிக்கவர். குழந்தைப் பருவ நினைவுகள் அத்தனையையும் கருவூலமாக வைத்திருப்பார். அப்போது வீட்டுக்கு வந்த பத்திரிகைகள், சம்பவங்கள், தேதிகள் எல்லாம் பசுமையாய் நினைவு கூர்வார்.

அந்த வகையில் எண்பதுகளில், சோவியத் ரஷ்யாவைச் சேர்ந்த வெனெட்ஸ்கி என்பவர் எழுதிய Tales about metals என்ற இந்த அற்புதமான நூலை அதன் ஜீவனோடு தமிழாக்கம் செய்திருப்பது மிகவும் சிறப்பான செயலென்று கருதுகிறேன்.

உலோகங்கள் பலவற்றின் வரலாறும், அவை கண்டுபிடிக்கப் பட்ட இடத்தையும் காலத்தையும் வைத்துச் சுவாரசியமான சம்பவங்களுமாக இந்த நூல் அலாதியானதொரு வாசிப்பனு பவத்தைத் தருகிறது.

பள்ளி கல்லூரி மாணவர்களுக்குச்சுவையானதொரு துணை நூலாக மட்டுமன்றி நம்மைச் சுற்றியுள்ள பொருட்கள் குறித்துத் துருவித் துருவித் தெரிந்து கொள்ளும் தாகம் கொண்ட எந்த வயதினருக்கும் இந்தப் புத்தகம் மகத்தானதாக இருக்கும் என்று மூல ஆசிரியர் குறிப்பிடுகிறார். இதை மொழி பெயர்த்தவரே அதற்குச் சான்று.

"கண்ணா, கண்ணாடி துன்ன ஆசையா ?" என்று யோகிகள் கண்ணாடி தின்றது, ப்ரான்சு நாட்டு விஞ்ஞானி ஒருவர் காதலியின் மோதிரத்துக்காக உடலிலுள்ள இரும்பைத் திரட்டி "காதலுக்கு (இறுதி) மரியாதை" செய்தது என்று எதிர்பாராத சுவாரசியங்களுடன் செல்கிறது இந்நூல்.

கருத்தைக் கவரும் கேலிச் சித்திரங்களுக்கூடான எள்ளலான நடையுடன் எழுதப்பட்டிருப்பதால் குழந்தைகள் வாசிப்பதற்கு ஏற்றது. இந்தப் புத்தகத்தைப் படித்தவுடன் நம்மைச் சுற்றி உள்ள அன்றாடப் பொருட்களின் உலோகங்களைப் புதியதொரு கண்ணோடு நோக்குவோம் என்பதில் ஐயமில்லை. வாழ்க்கையின் சுவாரசியமே சுற்றி இருக்கும் பழைய விஷயங்களைப் புதிய கண்ணோடு பார்க்கப் பழகிக் கொள்வதுதானே ?

அப்புவுக்கு அன்பும், நன்றியும், வாழ்த்துகளும் !

ஜெ.தீபலட்சுமி

பொருளடக்கம்

முதல் பாகம்

ஒன்று பெற்றால் ஒளிமயம்

1. உரேணியம் : சொல் புதிது, பொருள் புதிது 9

இரண்டாம் பாகம்

தமிழ் கூறும் ஏழு லோகம்

1. பொன் : 'யுரேகா! யுரேகா!' 31

2. வெள்ளி : அர்ச்செண்டா? 38

3. இரும்பு : காதலுக்கு (இறுதி) மரியாதை 45

4. செம்பு : செம்பு இல்லாமல் தெம்பு இல்லை 52

5. தகரம் : தரம் 55

6. ஈயம் : கதறக் கதறக் கதற..... 63

7. பாதரசம் : எந்த எடையையும் தாங்கும் 71

மூன்றாம் பாகம்

என்றும் பதினாறு

1. இலிதியம் : கண்ணா... கண்ணாடி துன்ன ஆசையா? 77

2. பெரிலியம் : மன்னே மரகதமே! 81

3. மகனிச்சயம் : பெண் நிச்சயம் 84

4. ஏலமினியம் : ஙப்போலியன் கண்ட கவசம் 87

5. தைத்தானியம் : சாப்பாடு தயார்	94
6. வேணடியம் : (பலமாகத்) தட்டுங்கள் திறக்கும்	97
7. குரோமியம் : இராவண கங்கை	101
8. மாங்கனிஸ் : சுத்தம்	105
9. கோபாலது! : கூரிப்புள்ளி	108
10. நிக்கெல் : ஞாபகம் வருதே...	113
11. ஜிர்க்கானியம் : இணைந்த கைகள்	118
12. நையோபியம் : துயரத்தின் இறைவி	125
13. மாலிபெதனம் : பச்சைப் பட்டாணி பாக்கியசாலி	133
14. தண்டலம் : நான் பெற்ற தண்டனை	141
15. துங்கஸ்தென் : ஓ! நாய்	147
16. பீலாதினம் : வெள்ளி அல்ல	156

முதல் பாகம்

ஒன்று பெற்றால் ஒளிமயம்

1. உரேணியம்

1781ம் ஆண்டு பிரிட்டிஷ் வானாராய்ச்சியாளர் வில்லியம் ஹெர்ஸ்கெல் என்பவர் பிரகாசமான ஒரு மேகத்திரளைக் கண்டார். முதலில் அது ஒரு விண்கல் என்று கருதினார். எனினும் பின்னர் தான் கண்டது புதிய, அதுவரையில் பார்வைக்குப் புலப்படாதிருந்த நமது சூரியக் குடும்பத்தின் ஏழாவது கோள் என்று உறுதிபடத் தெளிந்தார். அந்தக் கோளுக்கு கிரேக்க இதிகாசத்தின் வானுறையும் தெய்வமான யுரேனஸ் என்பவரை சிறப்பிக்கும்விதமாக உரேணியம் என்று பேரிட்டார்.

1789ம் ஆண்டு ஜெர்மன் வேதியாளர் மார்ட்டின் கிளாப்ராத் என்பவர் ஒரு புதிய பொருளைக் கண்டுபிடித்தார். அந்த சமயம் ஏழாவது கோளின் கண்டுபிடிப்பு சமுதாயத்தின் அனைத்து தரப்பினரையும் ஈர்த்துக்கொண்டிருந்த நிலையில் மார்ட்டின் கிளாப்ராத், தான் கண்ட புதிய பொருளுக்கு அக்கோள் நினைவாக உரேணியம் என்று பேரிட்டார். ஒருவேளை வானில் ஏழாவது கோள் தென்படாமலிருந்தால் மார்ட்டின் கிளாப்ராத் தான் கண்ட புதிய பொருளுக்கு என்ன பெயர் வைத்திருப்பார் என்பதை யூகித்துச் சொல்வது இன்றுவரையிலும் கடினம்தான்.

கலைச்சேவை :

50 ஆண்டுகள் கழிந்தபின்னர் பிரெஞ்ச் வேதியாளர் யூகென் பெலிகாட் என்பவர் 1841ம் ஆண்டு முதல் திட உரேணியமை பிரித்து எடுப்பதில் வெற்றி கண்டார். ஆனால் தொழில் உலகம் இந்த கனமான, மிருதுவான உரேணியமைக் கண்டுகொள்ள வில்லை. இப்பொருளின் பௌதிக மற்றும் வேதியியல் குணங்கள் பொருளாளர்களையும், பொறியாளர்களையும் கவரவில்லை.

உரேணியமின் ஆக்ஸைடை அக்காலத்தில் ஊது-கண்ணாடி மற்றும் பீங்கான் பொருட்கள் தயாரிப்பாளர்கள்

மட்டும் பயன்படுத்தினார்கள். அதைக் கொண்டு தங்களது பொருட் களுக்கு அழகிய மஞ்சள் - பச்சை மற்றும் வெல்வெட் கருப்பு வண்ணங்களைத் தந்தனர்.

பண்டைய ரோமானியர்கள்கூட உரேணியம் சார்ந்த பொருட்களின் 'கலைக்கொடைத்தன்மை' குறித்து நன்கு அறிந் திருந்தனர். நேப்பில்ஸ் நகரத்தில் மேற்கொள்ளப்பட்ட அகழ்வா ராய்ச்சியில் இணையற்ற அழகுடைய, மினுமினுப்பான பழங் கால பாண்டம் கண்டுபிடிக்கப்பட்டது. இதில் ஆச்சர்யமான விஷயம் என்னவென்றால், 2000 ஆண்டுகள் கழிந்தபின்னரும் அந்தக் கண்ணாடிப் பாண்டத்தின் எழிலழகு சற்றும் மங்கி விடாமல் இருந்தது என்பதே! வேதியியல் ஆராய்ச்சியில் அப் பாண்டம் என்றும் இளமையாக காணப்படுவதின் ரகசியத்துக்குக் காரணம், அது கொண்டுள்ள உரேனிய ஆக்ஸைடு பூச்சு என்று அறியப்பட்டது.

இவ்வாறாக உரேணியத்தின் ஆக்ஸைடுகளும் உப்புக்களும் முக்கிய பொதுச் சேவை பணி ஆற்றிக் கொண்டிருக்க சுத்தமான உரேணியம் என்பது நடைமுறையில் எவரையும் ஈர்க்கச் செய்திட வில்லை.

விஞ்ஞானிகளின் மெத்தனம் :

உரேணியம் குறித்து விஞ்ஞானிகளும் மிகக் குறைந்த அளவே தெரிந்து வைத்திருந்தனர். இப்பொருள் குறித்த தகவல் அறிதாகவும் சில சமயங்களில் தவறாகவும் இருந்தது. உதாரணமாக உரேணிய மின் அணு எடை 120 போன்று இருக்கும் என்று நம்பப்பட்டது. மெண்டெலைவ் என்ற விஞ்ஞானி அணு அட்டவணையைத் தயார் செய்து கொண் டிருந்தபோது அதில் குழப்பம் ஏற்படக் காரணமாய் அமைந்தது உரேணியம்தான். உரேணியத்தின் குணங்களை ஆராய்ந்து பார்க்கையில் மேற்சொன்ன அணு எடை உள்ள பொருளின் ஸ்தானத்தில் உரேணியத்தைப் பொருத்திட இயலவில்லை.

மெண்டெலைவின் ஆற்றல் :

தன்னுடைய சகாக்கள் பலர் கொண்டிருந்த கருத்துக்கு எதிராக துணிச்சலான முடிவினை எடுத்த மெண்டெலைவ், உரேணியத்தின் அணு எடை 240 என முடிவெடுத்து தனது அணு

அட்டவணையின் இறுதிக்கு அதைத் தள்ளினார். அதையடுத்து மேற்கொள்ளப்பட்ட நடைமுறைப் பரிசோதனைகள் மாபெரும் வேதியாளர் மெண்டெலைவின் கணிப்பு துல்லியத்தை நிரூபித்தது. இன்று உரேணியம் அணு எடை 238.03 என்று கண்டறியப்பட்டுள்ளது.

மெண்டெலைவின் வாக்கு :

ஆனால் மெண்டெலைவின் புத்திக்கூர்மை அவர் வாழ்ந்திருந்த காலத்தையும் விஞ்சி சென்றது. 1872ல் பல விஞ்ஞானிகள் மனதில் பல மதிப்புள்ள பொருள்களிடையில் உரேணியம் ஒரு பெரும் சுமை என்ற எண்ணம் வீற்றிருக்கையில் அதற்கு ஒரு பிரகாசமான வருங்காலம் உண்டென்று மெண்டெலைவ் கணித்தார்.

"அறியப்பட்டுள்ள எல்லா வேதியியல் பொருட்கள் அனைத்தையும் விட உரேணியம் அதன் பெரும் அணு எடையால் சிறப்பானதாகும். அதிகபட்ச எடையை செறிவு பெற்ற உரேணியம் கொண்டிருக்கும். அதன் தன்னிகரற்ற தன்மைக்கு அதன் அணு எடை காரணமாக அமையும். இயற்கையாய் அமைந்துள்ள பொருட்களில் இருந்து உரேணியம் பிரித்தெடுத் தல் வரையிலான கல்வியின் மூலம் பல புதிய விஞ்ஞான உண்மைகள் அறியப்படும் என்பதில் ஐயப்பாடு எள்ளளவும் இல்லை. புதிய பொருட்கள் குறித்து ஆராய்ச்சிக்கு முனைபவர் கள் தங்கள் கவனத்தை எல்லாம் உரேணியத்தின் கூட்டுப் பொருட்கள் மீது திருப்ப வேண்டும் என்று தயக்கமேது மின்றி நான் பரிந்துரை செய்கிறேன்."

மேற்சொன்ன மெண்டெலைவின் ஆணித்தரமான கணிப்பு 25 ஆண்டுகளில் மெய்ப்பிக்கப்பட்டது.

பெக்யுரெல் சூரியன் வரக் காத்துக் கொண்டிருக்கிறார் :

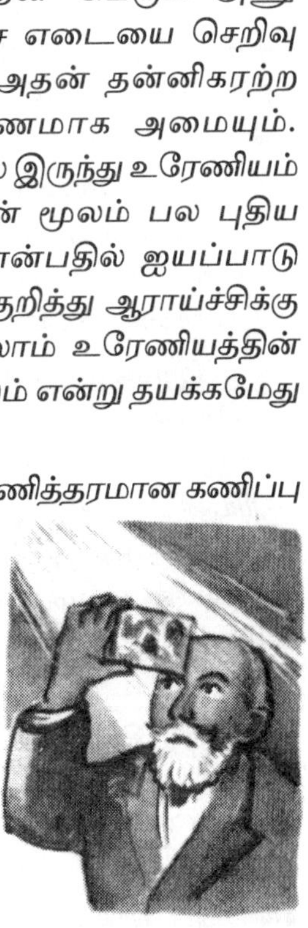

1896ம் ஆண்டு பிரெஞ்ச் இயற்பிய லாளர் ஹென்றி பெக்யுரெல் அவர்கள், தலையாய சாதனையை விஞ்ஞான முன்னேற்றத்தில் புரிந்திட்டார். பெக்யு ரெல் நெடுங்காலமாக ஒளியை உமிழ

வல்ல தனிச்சிறப்பு கொண்ட பாஸ்பாரெ சென்ஸ் ஆற்றல் உடைய பொருட்களில் நாட்டம் செலுத்தி வந்தார். இவ்வாறுதான் அந்த சாதனை நடந்தது.

ஒருநாள் தனது ஆராய்ச்சிக்காக உரேணியத்தின் உப்புப் பொருளை (பொட்டாசியம் யுரேனைல் டபுள் சல்பேட்) தேர்ந்து எடுத்து ஒளிபுகா கருப்பு காகிதத்தில் சுற்றப்பட்டிருந்த புகைப்படத் தகடு மீது வைத்து அதை எடுத்துக் கொண்டுபோய் சூரிய ஒளி நன்கு படும்படி 4 மணி நேரம் காய வைத்தார். ஏனெனில் அப்பொழுதுதான் அந்த உரேணியம் உப்புடைய பாஸ்பாரசென்ஸ் ஆற்றல் அதிகபட்சமாக இருக்கும். பின்னர் அதை புகைப்படத் தகடை 'டெவலப்' செய்தபோது அதில் தெளிவான வரைகோடு பதிந்திருப்பதைக் கண்டார். இப் பரிசோதனையை பலமுறை அவர் செய்தார். அப்பரிசோதனை முடிவுகள் ஒத்திருந்தன.

ஆகையால் கடைசியாக 1896ம் ஆண்டு பெப்.24ம் தேதி அன்று பிரெஞ்சு விஞ்ஞான சங்க அமர்வுக்கு அறிக்கை ஒன்று சமர்ப்பித்தார். அதில், டபுள் உரேணியம் மற்றும் பொட்டாசியம் சல்பேட் போன்ற ஒளி உமிழும் பொருட்களை சூரிய ஒளியில் வைத்தால் அவை கண்ணுக்குப் புலப்படாத கதிர்வீச்சை வெளிப்படுத்துகின்றன. அந்தக் கதிர்வீச்சு ஒளிபுகா கருப்புக் காகிதத்தினை ஊடுருவி புகைப்படத் தகடின் வெள்ளி உப்புக்களை குறைக்கின்றன எனக் குறிப்பிட்டார்.

இரண்டு தினங்களுக்குப் பின்னர் பெக்யூரெல் தனது பரிசோதனைகளைத் தொடர முடிவு எடுத்தார். ஆனால் ஏமாற்றமளிக்கும்விதமாக வானம் மேக மூட்டத்துடன் சூரியனின் ஒளி வீசாமல் காணப்பட்டது. ஆகையால் பாஸ்பார சென்ஸ் நிகழாது. இதனால் சலிப்படைந்த பெக்யுரெல் தயார் நிலையில் வைக்கப்பட்டிருந்த புகைப்படத் தகடுகளையும் உரேணியம் உப்புக்களையும் தனது மேஜை டிராயரில் வைத்து பூட்டிவிட்டார். பல தினங்கள் அவை அங்கேயே இருந்தன.

இறுதியாக, மார்ச் 1 அன்று வீசிய காற்றில் மேகமூட்டம் விலகி பாரிஸ் நகரம் சூரிய ஒளி வெள்ளத்தில் திளைத்தது. பெக்யுரெல் துரிதமாக தன் பரிசோதனைக் கூடத்துக்குச் சென்று புகைப்படத் தகடுகளை சூரிய ஒளியில் வைக்க ஆயத்தமானார். எனினும் அறிவு வெறி நிரம்பிய பரிசோதிப்பாளராக பெக்யுரெல்

விளங்கியமையால் கடைசி நிமிடத்தில் அப்புகைப்படத் தகடுகளை டெவலப் செய்ய முடிவு எடுத்தார்.

டெவலப் செய்யப்பட்ட புகைப்படத் தகடுகளை பெக்யுரெல் பார்த்தபொழுது அசாத்தியமானது நடைபெற்று விட்டது என்று அவர் மூளையில் பொறி தட்டியது. ஒளியால் மட்டுமே பாதிப்படையக் கூடிய அப்புகைப்படத் தகடுகளில் கருப்பு நிற வரை கோடு பதிந்தது தெரிந்தது. அப்படி நிகழ்வு நடைபெற்றதற்கும் பாஸ்பாரசென்சுக்கும் எவ்வித சம்பந்தமும் இல்லை. ஆக, உரேணியம் உப்பு என்ன கதிரை வெளியிட்டது? பெக்யுரெல் பலவிதமான உரேணிய உப்புக்கள் கொண்டு தனது சோதனைகளைத் தொடர்ந்தார். ஒவ்வொரு முறையும் புகைப் படத் தகடுமீது ஏதோ ஒரு படம் பதிவதைப் பார்த்தார்.

அச்சமயம் ஹென்றி மொய்சன் என்ற பிரெஞ்ச் வேதியாளர் சுத்தமான திட உரேனியம் பெற்றிடும் வழிமுறையைக் கண்டறிந் தார். அவரிடம் இருந்து சிறிதளவு உரேணியம் பொடியை பெக்யுரெல் பெற்றார். அதைக் கொண்டு பெக்யுரெல் நடத்திய பரிசோதனைகளின் விளைவாக உரேணிய உப்புக்களைவிட சுத்தமான உரேனியத்திலிருந்து வலிமையான கண்களுக்குப் புலப்படாத கதிர்வீச்சு வெளிவருகின்றது என்றும் குறிப்பாக, அந்த உரேணியம் எவ்வளவு சூடேற்றப்பட்டாலும் அல்லது குளிர்விக்கப்பட்டாலும் அதன் கதிர்வீச்சு பாதிப்பு அடைவ தில்லை என்றும் ஸ்தாபித்தார்.

புது அறிவு :

தனது பரிசோதனைகளின் வாயிலாக தான் கண்ட புதிய விளைவுகளை வெளியிட பெக்யுரெல் அவசரம் காட்டவில்லை. மொய்சன் மேற்கொண்டு வரும் தன் விருப்பமான ஆராய்ச்சியை முதலில் வெளியிடட்டும் என்று பெக்யுரெல் பொறுமை காத்தார். அவ்வாறுதான் விஞ்ஞானத்தில் கோட்பாடு மேன்மை யாய் இருந்தது. பிறகு அந்த நன்னாள் நவம்பர் 23, 1896ல் வந்தது. சுத்தமான யுரேனியம் தயாரிப்பது எப்படி என்ற தனது ஆராய்ச்சி அறிக்கையை மொய்சன் விஞ்ஞான சங்கத்துக்கு சமர்ப்பித்தார். உரேணியத்தில் புதிதாகக் கண்டறியப்பட்ட தன்மை குறித்து பெக்யுரெல் சொன்னார். அத்தன்மையாவது, இயற்கையிலேயே உரேணியத்தின் அணுக்கரு சிதைந்துகொண்டே இருக்கிறது,

அதிலிருந்து தொடர்ச்சியாக அணுவின் துகள் வெளிப்பட்டுக் கொண்டிருக்கிறது என்பதாகும்.

மாறுதல் புரிந்த பெக்யுரெல் :

பெக்யுரெல் கண்டறிந்த உண்மை இயற்பியலில் ஒரு புதிய மாறுதலைக் கொண்டு வந்தது, ஒரு அணுப்பொருள் மற்றொரு அணுப்பொருளாகும் என்பதே அது. அன்று முதற்கொண்டு அணு ஏகவஸ்து என்றும் பிரித்திட இயலாது என்றும் எண்ண வாய்ப்பு இல்லை. விஞ்ஞானம் அணுவின் இரகசியம் நோக்கிப் போய்க் கொண்டிருந்தது. இப்பொருள் உலகை ஆக்கும் ஏகப் பொருள் என்று விளங்கத் தொடங்கியது.

சொல் புதிது. பொருள் புதிது :

விஞ்ஞான நாட்டத்தின் இலக்கானது இக்காலத்தில் உரேணியம் மீது திரும்பியது. ஆனால் அதேசமயம் உரேணியம் மட்டும்தான் கதிர்வீச்சு அளிக்கவல்ல பொருளா? என்பதில் விஞ்ஞானிகளுக்குள் குழப்பம் நிலவி வந்தது.

இந்த குழப்பமான வினாவுக்கான விடை கணவன் - மனைவியான நிகரற்ற இயற்பியலாளர்கள் பியெரி க்யூரி மற்றும் மேரி ஸ்க்லோடோவ்ஸ்கா க்யூரி ஆகியோரால் அளிக்கப்பட்டது. தனது கணவர் வடிவமைத்த உபகரணம் மூலமாக ஏராளமான திடப்பொருட்கள், படிமங்கள் மற்றும் உப்புக்கள் ஆகியவற்றில் உள்ள கதிர்வீச்சு குறித்து மேரி க்யூரி ஆராய்ந்தார். மிகக் கடுமையான சூழ்நிலையில் அவ்வியற்பியலாளர்கள் தங்களது ஆராய்ச்சியை மேற்கொண்டனர். எழில்மிகு பாரிஸ் நகரத்தின் புறநகரத்தில் இருந்த கைவிடப்பட்ட பழங்கால மரக்கிடங்கு தான் அவர்களின் பரிசோதனைக்கூடம்.

அப்பரிசோதனைக் கூடம் எத்தனை அவலம்மிக்கதாக இருந்தது என்பதை மேரி க்யூரி தனது நாட்குறிப்பில் சுட்டிக் காட்டுகின்றார்.

"அந்த இடத்தில் பழைய மரச்சாமான்கள் இருந்தன. தரை பூசி மெழுகப்படாமல் இருந்தது, மழை பெய்தால் பரிசோதனைக் கூடத்துள் தண்ணீர் புகுந்துவிடும். வெப்பம் தர ஒரு இரும்பு அடுப்பு இருந்தது. பியெரிக்கு பயன்படுத்த விருப்பமான ஒரு கரும்பலகை காணப்பட்டது. அபாயகரமான

அமில வாயுக்கள் வெளியேற அதனுள் புகைபோக்கிகள் இல்லை. ஆகையால் பருவநிலை சாதகமாக இருந்தால் திறந்தவெளியில் பரிசோதனை. இல்லையேல் ஜன்னலைத் திறந்துவிட்டு ஆராய்ச்சி தொடரும். சிலசமயம் ஆராய்ச்சிக் கூடத்தின் வெப்பநிலை வெறும் 6 டிகிரி செல்சியஸ் அளவுக்குக் குறைந்து விடும்" என்று மேரி க்யூரி குறிப்பிட்டுள்ளார்.

குப்பையும் செல்வமாகும் :

பரிசோதனைக்கான மூலப்பொருட்களை கொள்முதல் செய்வதும் இடர்மிக்கதாக இருந்தது. உரேணயம் அதிக விலை மதிப்புள்ளதாக இருந்ததினால் சொற்பமான அளவு யுரேனியம் பெற்றிடவும் விஞ்ஞானத் தம்பதியினருக்கு வழி இல்லை. ஆகையால் அவர்கள் ஆஸ்திரிய அரசை அணுகி கண்ணாடி மற்றும் பீங்கான் பொருட்கள் சாயத் தயாரிப்பில் பயன்பட்டு வீணான உரேணிய உப்பை தங்களுக்கு விற்குமாறு கேட்டுக் கொண்டனர். அவர்களது கோரிக்கைக்கு வீயன்னா விஞ்ஞான சங்கமும் ஆதரவு தெரிவித்தது. அதையடுத்து டன் கணக்கில் உரேணியக் கழிவுகள் க்யூரியின் பரிசோதனைக் கூடத்துக்கு அனுப்பி வைக்கப்பட்டது.

போலோனியம் :

மேரி க்யூரி விடாமுயற்சியுடன் பரிசோதனைக் கூடத்தில் ஆராய்ச்சியைத் தொடர்ந்தார். அவரது ஆராய்ச்சி பெக்யுரெல் கொண்ட முடிவுக்கு ஊர்ஜிதம் அளித்தது. அதாவது, சுத்தமான உரேணியம் அதன் உப்புப் பொருட்களைக் காட்டிலும் அதிக அளவு கதிர்வீச்சு கொண்டிருக்கின்றது என்று சான்று கிடைத்தது. அந்தச் சான்று, அடுத்து மேற்கொள்ளப்பட்ட நூற்றுக் கணக்கான பரிசோதனைகளில் பலமடைந்தது. அதுவரையில் காணப்படாத வளர்ச்சியை எட்டும்வரையில் மேரி க்யூரி பல விதமான பொருட்களை ஆராய்ந்துகொண்டே இருந்தார்.

அச்சமயம் மேரி க்யூரி எடுத்துக் கொண்ட ஆராய்ச்சிப் பொருளான பொஹிமியா பகுதியில் உள்ள சேல்கோலைட் மற்றும் பிட்ச் பிளெண்ட் படிமங்கள் உரேணியத்தைக் காட்டிலும் அதிக கதிர்வீச்சுத் திறன் உள்ள பொருட்கள் என்று தனது கதிர்வீச்சு அளவைக் கணக்கிடும் சாதனத்தின் மூலம் கண்டார். அவற்றின் முடிவு மிகத் தெளிவாயிற்று. அவ்விரு

பொருட்களும் அதிக கதிர்வீச்சுத் திறன்கொண்ட அறியப்படாத பொருளை உள்ளடக்கியிருந்தது. அப்புதிய பொருள் போலோனியம் என்றழைக்கப்பட்டது. மேரியின் தாய்த் திரு நாடான போலந்து தேசத்தை சிறப்பிக்கும்வகையில் அப் பொருளுக்கு பேர் சூட்டப்பட்டது.

ஒளிக்கீற்று :

மேரி க்யூரி அத்துடன் நின்றுவிடவில்லை, அவர் தனது பலத்த ஆராய்ச்சியைத் தொடர்ந்து மேலும் ஒரு புதிய பொருளை அறிந்தார். அந்தப் பொருள் உரேணியத்தைக் காட்டி லும் பல நூறு மடங்கு கதிர்வீச்சுத் திறன் மிக்கது. அப் பொருளுக்கு விஞ்ஞானிகள் ‘ரேடியம்’ என்று பெயரிட்டனர். இலத்தின் மொழியில் ‘ரே’ எனில் ஒளி என்று பொருள்.

உரேணியம் மீது விஞ்ஞான உலகம் கொண்டிருந்த கவனத்தை எப்படியோ ரேடியம் என்ற பொருளின் வரவு திசை திருப்பியது. ரேடியம் அறியப்பட்ட முதல் 40 ஆண்டு காலத்துக்கு அதை விஞ்ஞானிகள் பெரிதாகக் கொண்டு அலட்டிக் கொள்ள வில்லை. அவர்களுக்கு ஒருபடி மேலே சென்ற பொறியாளர்கள் ரேடியத்தைக் கண்டு கொள்ளவே இல்லை. 1934ம் ஆண்டு அச்சான தொழில்நுட்ப கலைக்களஞ்சியம் ஒன்றில், “உரேணியம் என்ற பொருளுக்கு நடைமுறை உபயோகம் கிஞ்சிற்றும் இல்லை” என்று அறுதியிட்டுக் கூறியது. அந்த மதிப்புமிக்க கலைக்களஞ்சியத் தகவலால் எவ்வித சலசலப்பும் ஏற்பட வில்லை. ஆனால் அடுத்த சில ஆண்டுகளில் உரேணியத்தின் உபயோகச் சாத்தியக்கூறுகள் குறிப்பிடத்தக்க அளவுக்கு மாற்றம் அடைந்தன.

இரண்டு முக்கிய அறிக்கைகள் :

1939ம் ஆண்டு இரண்டு முக்கியமான வளர்ச்சிகள் எட்டப்பட்டது. முதலாவது, பிரெஞ்ச் விஞ்ஞான சங்கத்துக்கு, ‘உரேனியம் மற்றும் தோரியம் கரு அணுக்கருக்களில் நியூட்ரான் களின் தாக்குதலால் உண்டாகும் வெடி சிதைவுக்கான பரிசோதிப்பு நிரூபணம்’ என்ற தலைப்பில் பிரெட்ரிக் ஜாலியட் க்யூரி சமர்ப்பித்த ஆய்வு அறிக்கை. மற்றொன்று, நேச்சர் என்ற ஆங்கிலப் பத்திரிகையில், ‘நியூட்ரான் தாக்குதலில் யுரேனியச் சிதைவு : ஒரு புதிய விதமான அணுக் கரு பரிமாற்றம்’ என்ற

தலைப்பிட்ட ஜெர்மன் இயற்பியலாளர்கள் ஓட்டே ஃபிரிஷ்ச் மற்றும் லிசெ மெய்ட்னெர் ஆகியோர் அளித்த தகவல் அறிக்கை. இவ்விரண்டு அறிக்கைகளும் உரேணியம் அணுக்கருவில் அது வரையிலும் அறியப்படாத சிதைவு குறித்து அலசி ஆராய்ந்தன.

என்றிகோ ஃபெர்மி :

அடுத்த சில ஆண்டுகளில் உரேணியம்மீது ஒரு கூர்மையான நாட்டம் ரோம் பல்கலைக்கழக இயற்பியலாளர் என்றிகோஃபெர்மி தலைமையிலான இளம் ஆராய்ச்சியாளர்களுக்கு உண்டானது. அதுவரையில் ஆய்வு செய்யப்பட்டிராத நியூட்ரான் இயற்பியல் என்ற அணுவியல் கிளை அவர்களது மூளைக்கு வேலை அளித்தது.

என்றிகோஃபெர்மி காலத்தில் 1 முதல் 92 வரையிலான அணுப்பொருள் அட்டவணை தயாராகிவிட்டது. ஆகையால் ஒரு அணுவியலின் மையக்கருவில் நியூட்ரான்களைச் செலுத்தினால் அவ்வணு அவ்வட்டணையில் அடுத்துள்ள பொருளாக மாற்றம் அடைவது நிரூபிக்கப்பட்டது. அது சரி! அப்படியாயின் 92வது பொருளான உரேணியத்தின் கருவை நியூட்ரான்கள் வந்தடைந்தால்? 93வது இடத்தில் ஒரு புதிய பொருள் உருவாக வேண்டுமல்லவா? ஆனால் அப்படிப்பட்ட புதிய பொருளை உருவாக்க இயற்கை அன்னைக்குக் கூட சக்தி இல்லை,

ஆனால் மேற்சொன்ன சிந்தனையை செயலாக்குவதற்கு என்றிகோ தலைமையிலான இளம் விஞ்ஞானிகள் மிகுந்த ஆர்வம் கொண்டனர். செயற்கைப்பொருள் என்னவாக இருக்கும்? எப்படி தோற்றம் அளிக்கும்? அதன் குணநலன்கள் என்ன? என்பதைக் காண அவர்கள் துடித்தனர். ஆகையால் நியூட்ரான் உமிழக்கூடிய துப்பாக்கி கொண்டு அவர்கள் உரேணிய அணுவின் கருவை சுட்டபோது எதிர்பார்த்ததுபோல் ஒரு பொருள் தனித்து உருவாகி அடுத்த இடம் பெற்றிடவில்லை. மாறாக ஒரு டஜன் பொருட்கள் உண்டானது.

உரேணியத்தின் குணநலன்களில் ஏதோ ஒரு மர்மம் அடங்கி இருந்தது. என்றிகோஃபெர்மி விஞ்ஞானப் பத்திரிகைக்கு ஆய்வறிக்கை ஒன்றை சமர்ப்பித்தார். அதில் 93வது தனி அணுப் பொருள் தயாரிக்கப்பட்டு விட்டது. ஆனால் அது என்ன பொருள் என்று தன்னால் நிச்சயிக்க இயலவில்லை என்று

தெரிவித்தார். ஆனால் அதேசமயம் யுரேனியம் அணுவை நியூட்ரான்கள் தொடர்புகொண்டபோது இதர பொருட்கள் அங்கு உண்டானது நிரூபிக்கப்பட்டது. அப்படி எனில் அப்போது உண்டான பொருட்கள் என்ன?

தாய் எட்டடி குட்டி பதினாறு அடி :

மேற்சொன்ன புதிருக்கான விடையளிக்க மேரி க்யூரி அவர்களின் மகள் இரினி ஜாலியொட் க்யூரி முயற்சி செய்தார். ஃபெர்மி செய்த பரிசோதனைகளை திரும்பவும் செய்த அவர் நியூட்ரான்கள் புகுந்த உரேணியத்தின் வேதியல் கட்டுமானத்தை கவனமாக படித்தாய்ந்தார். அதன் முடிவு அதிர்ச்சி யளித்தது. அணுப்பொருள் அட்டவணையின் நடுவில் அமைந்துள்ள லாந்தானம் என்ற பொருள் உரேணியத்தில் இருந்தது அறியப்பட்டது. அதாவது உரேணியத்திலிருந்து வெகு தொலை வில்!

மர்மம் மேல் மர்மம் :

மேற்சொன்ன அதே பரிசோதனைகளை ஜெர்மன் இயற் பியலாளர்கள் ஒட்டோஹாஹ்ன் மற்றும் பிரெட்ரிக் ஸ்ட்ராஸ் மேன் ஆகியோர் திரும்பவும் செய்திட்டபோது லாந்தானம் மட்டும் அறியப்படவில்லை. அதனுடன் பேரியம் என்ற பொருள் கண்டறியப்பட்டது. அவ்விரு இயற்பியலாளர்களும் தாங்கள் ஆற்றிய பணியை நாடறிந்த இயற்பியலாளர் லிசெ மிமய்ட்னெரிம் அவர்களிடம் கூறினர். இதையடுத்து உரேணிய மகத்துள்ள இரகசியத்தை அறிய பேர்பெற்ற பல விஞ்ஞானி களும் பணிபுரியலானார்கள். சிறிது காலத்துக்குப் பின்னர் மேரி ஜாலியொட் க்யூரி அவர்களும் அவரைத் தொடர்ந்து லிசெ மெய்ட்னெர் அவர்களும் ஒருமித்த கருத்துக்கு மர்ம முடிச்சை அவிழ்த்துக் கண்டனர். உரேணியத்தின் அணுக் கருவை ஒரு நியூட்ரான் தாக்கும்பொழுது அக்கரு இரண்டு துண்டுகள் ஆகிறது. அதனால் லாந்தானம் மற்றும் பேரியம் ஆகிய பொருட் கள் உருவாகிறது. அப்பொருட்களின் அணு எடை ஏறத்தாழ உரேணியத்தின் அணு எடைக்குப் பாதி போன்றது.

சலூன் சம்பவம் :

*1939*ம் ஆண்டு ஜனவரி மாதம் காலைப் பொழுது ஒன்றில்

அமெரிக்க இயற்பியல் ஆராய்ச்சியாளர் லூயி ஆல்வாரெஸ் என்பவர் முகக்ஷவரம் செய்து கொள்ள நாவிதனிடம் சென்றார். நாவிதன் க்ஷவரம் செய்து கொண்டிருக்கையில் லூயி ஆல்வா ரெஸின் கண்கள் அவர் தன் கையில் வைத்திருந்த காலை செய்திப் பத்திரிகையில் ஓடிக் கொண்டிருந்தது, திடீரென்று அதில் இடம் பெற்றிருந்த பிரதான தலைப்பைக் கண்டதும் நிலைகுத்தி நின்றது, "யுரேனியம் அணு இரண்டுபட்டது". அடுத்த க்ஷணம் அவர் அமர்ந்திருந்த நாற்காலியில் இருந்து துள்ளிக் குதித்தார். நாவிதன் மற்றும் அந்தக் கடைக்கு வந்திருந்த வாடிக்கை யாளர்கள் இவ்விஞ்ஞானிக்கு கிறுக்கு பிடித்துவிட்டதோ? என்று துணுக்குற்றனர். பாதி க்ஷவரம் செய்யப்பட்ட தாடியுடனும், நாவிதன் கழுத்தில் கட்டிவிட்ட வெள்ளைத் துண்டு அவிழா மலும் பட்டினத்து வீதிகளில் ஓடத் தொடங்கினார். சுற்றுமுற்றும் வீதியில் இருந்த ஜனங்கள் எல்லாம் விஞ்ஞானியை வேடிக்கை பார்த்தனர். கலிஃபோர்னியா பல்கலைக்கழகத்தில் உள்ள தனது பரிசோதனைக் கூடத்துக்குச் சென்று இம்மகத்தான செய்தியை அறிவித்திடத்தான் அவ்வாறு லூயி ஆல்வாரெஸ் விரைந்தார். அவரது விநோத தோற்றத்தால் முதலில் குழப்பமுற்ற அவரது சகாக்கள் பரவசமூட்டும் புதிய அறிதல் குறித்து கேள்விப் பட்டதும் வேடிக்கையை மறந்தனர்.

புலி வருது, புலி வருது :

அணு ஒன்று இரட்டிப்பாகும் என்பது விஞ்ஞானத்தில் பரவசமூட்டியது உண்மைதான். ஆனால் ஜாலியொட் க்யூரி மற்றும் ஒரு உண்மையையும் ஸ்தாபித்தார் : உரேணியத்தின் கரு சிதைவுக்கு ஒப்பாக குண்டு வெடிப்பைக் கூறலாம், சிதையும் பொழுது அதிவேகத்தில் அதன் சிதறல்கள் எல்லா திசைகளிலும் பறக்கும். கொஞ்சம் அளவிலான கருவை மட்டுமே சிதைக்கும் சாத்தியம் இருந்தவரை அந்த நியூட்ரான்களால் உரேணியத்தை சூடேற்றிட மட்டும் இயன்றது. ஆனால் சிதைக்கப்படும் அணுவின் கரு பெரிதானால் இராட்சதத்தன்மையில் அதனுள் இருந்து சக்தி வெளியேறும்.

ஆனால் உரேணியத்தின் கருவைச் சிதைக்க பெரிய அளவில் நியூட்ரான்களை எங்கிருந்து பெற முடியும்? விஞ்ஞானிகள் அறிந்த நியூட்ரான் உற்பத்தி மூலாதாரங்களில் இருந்து

தேவையை விட பல்லாயிரம் கோடி மடங்கு குறைவான நியூட்ரான்கள் மட்டும்தான் கைவரப் பெற்றது. ஆனால் அப்பிரச்சனையை இயற்கை அதன் கையிலேயே எடுத்துக் கொண்டது. உரேணியத்தின் அணுக் கருவை நியூட்ரான்கள் தாக்கும்பொழுது வெளிப்படும் சிதறல்கள் அடுத்துள்ள கருவைத் தாக்கி ஒரு தொடர் இயக்கம் நிலைபெறுவது திண்ணம். இவை யெல்லாம் ஒரு நொடிக்குள் வெகுவிரைவாக நடைபெற்று வெடிப்பு உறுதியாக நிகழும். எல்லாம் தெளிவாகத்தான் இருப்பதுபோல் தோன்றியது. ஆனால் பெரிய அளவில் உரேணிய மின் கரு உரேணிய நியூட்ரான்களால் தாக்குண்ட சமயம் எவையும் வெடித்திடவில்லை. அஃதாவது எவ்வித தொடர் இயக்கமும் நிகழவில்லை. அது ஏன்? அதற்கான விடையை ஜாலியொட் க்யூரி அவர்களால் தர இயலவில்லை.

மேரி க்யூரியின் மகளான ஜாலியொட் க்யூரியால் காண முடியாத விடையை அந்த ஆண்டிலேயே இரண்டு இளம் ரஷ்ய இயற்பியலாளர்கள் கண்டனர். யா.பி.ஸெல்டோவிச் மற்றும் யு.பி.க்ஹாரிட்டான் ஆகிய அவ்விருவரும் அணுக்கருவில் சங்கிலித் தொடர் இயக்கம் உருவாக்க இரண்டு வழிமுறைகளை கோடிட்டுக் காட்டினர். முதல் வழி சோதிக்கப்படும் உரேணிய மின் அளவை பெரிதுபடுத்துவது, ஏனெனில் தாக்குதலில்போது உற்பத்தியாகும் பல நியூட்ரான்களும் தங்கள் வெளிவரும் பாதையில் எந்த அணுக்கருவும் வழிமறிக்காமல் செல்ல இயலும். உரேணியத்தின் எடை கூட்டப்பட்டால் இயற்கையாகவே நியூட்ரான்கள் அதன் இலக்கை தாக்கும் வாய்ப்பைக் கூட்டும்.

இரண்டாவது வழி, அணு எடை 235 உள்ள உரேணியத்தை செறிவூட்டில் பயன்படுத்துவது. விஷயம் என்னவென்றால் இயற்கையில் உரேணியம் ஆனது 238 மற்றும் 235 ஆகிய அணு எடைகளில் இரண்டுவிதமாக உள்ளது. முதற்சொன்ன யுரேணியத்திடம் 3 நியூட்ரான் கூடுதலாக உள்ளது. உரேணியம் - 235ல் நியூட்ரான் பற்றாக்குறை உள்ளதால் அப்பொருள் ஆவலாதியாக நியூட்ரான்களை தன் வசம் உறிஞ்சிக் கொள்கிறது. ஆனால் நியூட்ரான் வளம் பொருந்திய அதன் அண்ணன் உரேணியம் -238 சாதாரண நிலைமைகளில் நியூட்ரான் பெற்று பிளவுபடாமல் மற்றொரு பொருளாய் உருமாற்றம் பெறுகிறது. இந்தத் தன்மையை பயன்படுத்தி விஞ்ஞானிகள் மாற்று

உரேனியப் பொருள் தயாரித்தனர். ஆனால் சங்கிலித் தொடர் இயக்கத்தைப் பொறுத்தவரையில் அலட்சியப் போக்குடைய உரேணியம் -238ல் நியூட்ரான்கள் நாசம் அடைகின்றன. அது பலம் பெற்றுவிடும் முன்பாகவே இயக்கத்தை நமுத்துப்போய் விடச் செய்கிறது. ஆனால் அப்பொருள் உரேணியம் -235ஆக இருப்பின் சங்கிலித் தொடர் இயக்கம் பலம் உள்ளதாக இருக்கும்.

புலி வந்தது :

உரேணியம் அணுக்களிடையே செயல்பாட்டை உருவாக்கி சங்கிலித் தொடர் இயக்கம் கண்டிட முதல் நியூட்ரான் தேவைப் பட்டது. அதற்கு முன்பு பரிசோதனையில் பயன்படுத்தப்பட்டு வந்த நியூட்ரான் துப்பாக்கிகள் கொண்டு சங்கிலித் தொடர் இயக்கத்தை உருவாக்க முடியவில்லை. அதாவது, தீக்குச்சி இருந்தும் தீப்பெட்டி இருந்தும் தீப்பற்ற இயலாத சூழ்நிலை இருந்தது. அப்படியென்றால் பற்ற வைப்பது அசாத்தியமா?

சாத்தியம்தான்! அந்த வழிமுறையை உரேணியம் குறித்து 1939 மற்றும் 1940 இடையில் ஆய்வு செய்த ரஷ்ய இயற்பியலாளர்கள் கே.ஏ.பெட்ர்ஷாக் மற்றும் ஜி.என். ஃபிளரோவ் ஆகியோர் கண்டனர். லெனின்கிராட் பரி சோதனைக் கூடத்தில் அவர்கள் செய்த ஆராய்ச்சியின் வாயிலாக ஒரு உண்மையை உணர்ந்தனர் . அஃதாவது உரேணியம் அணு சிதைவுக்கு காரணம் உரேணியம் அல்ல, சதாசர்வகாலமும் பூமியின் மீது விழுந்துகொண்டிருக்கும் விண்வெளிக் கதிர்களால் தான் உரேணியம் அணு சிதைந்து கொண்டிருக்கிறது என்பதாகும். விஷயம் அப்படி என்றால் பரிசோதனைகள் விண்வெளிக் கதிர்கள் புகாத அதளபாதாளத்தில் செய்யப்பட வேண்டும். இவ்விஷயம் தொடர்பாக அவ்விளம் விஞ்ஞானிகள் முன்னணி ரஷ்ய அணு விஞ்ஞானி இகோர் குர்சேடோவ் உடன் கலந்தா லோசித்து தங்கள் பரிசோதனையை மாஸ்கோ மெட்ரோ ஸ்டேஷனில் நிகழ்த்த திட்டமிட்டனர். இந்தப் பரிசோதனைக்கு ரயில்வே துறை இயக்குநரும் எதிர்ப்புக் காட்ட வில்லை. அதையடுத்து டைனமோ மெட்ரோ தலைமை நிர்வாகி அலுவலகத்துக்கு 3 டன் எடையிலான கருவிகள் கொண்டு

வரப்பட்டு நிலத்துக்கு 50 மீட்டர் அடியில் அமைக்கப்பட்டிருந்த இரயில்வே ஸ்டேஷனுக்கு எடுத்துச் செல்லப்பட்டது.

அன்றைய தினம் மாஸ்கோ மெட்ரோ ரயில் நிலையம் வழக்கமான பரபரப்புடன் இயங்கிக் கொண்டிருந்தது. அந்த ரயில் நிலையத்தில் இருந்த பயணிகள் எவருக்கும் அந்த பரிசோதனைகள் குறித்தோ, அதனால் உண்டாகும் பெரும் விளைவுகள் குறித்தோ எவ்வித சிந்தனையும் இல்லை. அவ்வாறு நிலத்தடியில் பரிசோதனைகள் நடைபெற்றதில் லெனின்கிராடில் என்ன விளைவு காணப்பட்டதோ அந்த விளைவுதான் மீண்டும் காணப்பட்டது. உரேணியம் கரு உடன் சிதைவைத் தொடர வல்லது என்று சந்தேகமின்றி நிரூபிக்கப்பட்டது. ஆனால் அதைக் கவனித்திட பரிசோதகருக்கு அசாத்திய ஆற்றல் தேவைப் பட்டது. ஒரு மணி நேரத்தில் 60 000 000 000 000 அணுக்கருவில் ஒன்றே ஒன்று மட்டும்தான் சிதைவுக்கு உள்ளானது. இதைக் கவனிப்பது எளிதான காரியமல்ல, கிட்டத்தட்ட கடலில் இருந்து ஒரு துளி நீர் ஆவியாவதைக் கவனிப்பதற்கு நிகரானது என்றால் மிகையல்ல. இவ்வாறாக ஜி.என்.ஃபிளேரோவ் மற்றும் கே.ஏ. பெட்ர்ஷாக் ஆகியோர் உரேணியத்தின் சுயசரிதைக்கு இறுதி பக்கம் எழுதினார்கள். அதைத் தொடர்ந்து வரலாற்றின் முதல் அணு சங்கிலித் தொடர் இயக்கம் ஆரம்பமானது. அச்செயலை டிசம்பர் 2, 1942ம் ஆண்டு என்றிகோஃபெர்மி நிகழ்த்திக் காட்டினார்.

பதுங்கியது பாய்ந்தது :

1930களின் இறுதியில் ஃபாஸிசத்தின் கோரப்பிடியில் இருந்து தப்பி ஓடிய ஃபெர்மி, இதர விஞ்ஞானிகள் பலரைப் போல அமெரிக்காவில் தஞ்சம் புக வேண்டிய கட்டாயத்துக்கு இலக்கானார். அமெரிக்காவில் தனது பரிசோதனைகளைத் தொடர்ந்திட அவர் விரும்பினாலும் அதற்கான பணம் அவரிடம் போதுமானதாக இல்லை. ஃபெர்மி அவர்களின் பரிசோதனைகள் வாயிலாக ஃபாஸிசத்தை எதிர்க்கும் ஆற்றல் உடைய சக்திமிக்க அணு ஆயுதம் தயாரித்திட இயலும் என்று அமெரிக்க அரசை திருப்திப்படுத்தும்வகையில் நம்பவைக்க வேண்டும். ஆகையால் அமெரிக்க அரசை உலகப் பிரசித்தி பெற்ற புகழ்மிக்க விஞ்ஞானி ஆல்பர்ட் ஐன்ஸ்டின் அணுகினார். அச்சமயம் அமெரிக்க அதிபர்

பதவி வகித்த ஃப்ராங்லின் ரூஸ்வெல்ட்டுக்கு ஒரு கடிதம் எழுதினார். அக்கடிதத்தில் ஃபெர்மி மற்றும் ஜிலார்ட் ஆகியோரின் பணிகளால் இனிவரும் காலங்களில் உரேணியம் என்பது புதிய முக்கியமான சக்திக்கு அடிப்படையை அமைக்க ஆற்றல் உடைய பொருளாக மாறும் வாய்ப்பு உள்ளது என்று குறிப்பிட்டார். உரேணியம் ஆராய்ச்சிக்கு அமெரிக்க அதிபர் நிதி உதவி அளித்திட வேண்டும் என்று ஐன்ஸ்டின் கேட்டுக் கொண்டார். ஐன்ஸ்டினின் உலகளாவிய அதிகாரத்தையும், சர்வதேச நிலைமையின் முக்கியத்துவத்தையும் உணர்ந்த அமெரிக்க அதிபர் ரூஸ்வெல்ட் தனது சம்மதத்தை தெரிவித்தார்.

1941ம் ஆண்டு சிக்காகோ நகரவாசிகள் அந்த நகரத்தில் அமைந்திருந்த விளையாட்டரங்கமொன்றில் விளையாட்டுக்கு சம்பந்தமற்ற அசாதாரண செயல்பாட்டைக் கண்டு கொண்டிருந்தனர். அந்த விளையாட்டரங்கின் வாயிற்கதவுகளுக்கு அணி அணியாக சரக்குகள் வாகனங்களில் இருந்து இறங்கியவண்ணம் இருந்தன. ஏராளமான பாதுகாவலர்கள் நிறுத்தப்பட்டு அந்நியர்கள் விளையாட்டரங்க வேலியை அண்டவிடாமல் கடுமையாக கண்காணித்தனர். அந்த டென்னிஸ் விளையாட்ட ரங்கத்தினுள்தான் உலக வரலாற்றிலேயே மிக ஆபத்தான பரிசோதனையைச் செய்ய ஃபெர்மி ஆயத்தம் செய்து கொண்டிருந்தார். உரேணியம் கருவை சிதைத்து கட்டுப்பாட்டு டன் கூடிய சங்கிலித் தொடர் இயக்கம். உலகின் முதல் அணு உலையை நிலைநிறுத்த அல்லும்பகலும் ஓயாமல் ஓராண்டு காலம் பணிகள் நடைபெற்று வந்தது.

1942ம் ஆண்டு டிசம்பர் 2 சிக்காகோ நகரில் பொழுது புலர்ந்தது. முந்தைய இரவு விஞ்ஞானிகள் இமைப்பொழுதும் தூக்கம் கொள்ளவில்லை, அவர்கள் தாங்கள் போட்ட கணக்குகள் சரிதானா? என திரும்பத் திரும்ப சரிபார்த்துக் கொண்டிருந்தனர். ஏனெனில் விளையாட்டரங்கம் நகரத்தின் நடுவில் அமைந்திருந்தது. போடப்பட்ட கணக்குகளின் வாயி லாக இயக்கம் மெள்ளத்தான் நிகழும் வெடிவிபத்து போன்று அமையாது என கணக்கிடப்படும் விஞ்ஞானிகளால் பலகோடி மக்களின் உயிரைப் பணயம் வைக்க மனம் ஒப்பவில்லை. பொழுதுபுலர்ந்து வெகு நேரமாகிவிட்டது. காலை உணவுக்கான காலமும் கடந்து விட்டது. ஆனால் அதையெல்லாம் அங்கிருந்த

விஞ்ஞானிகள் எண்ணிப் பார்க்கவில்லை. பதட்டம் உச்சத்தை எட்டிவிட்டது. ஆனால் ஃபெர்மி பதட்டமின்றி நிதானத்துடன் காணப்பட்டார். மனிதர்கள் ஓய்வெடுக்க கொஞ்சம் வாய்ப்பு அளிக்கப்பட வேண்டும், பதட்டங்களில் இருந்து விடுபட்டு நடை பெற்றவை குறித்து எல்லாம் தெளிவாக சிந்திக்க வேண்டும். மிகுந்த கவனம் இன்றியமையாத தேவையாக உள்ள தருணம். எல்லாம் தயார் இயக்கம் ஆரம்பமாக உத்தரவு இட வேண்டியதுதான் பாக்கி. அச்சமயம் ஃபெர்மி செய்த செயல் விஞ்ஞான சரித்திரத்தில் பொன் எழுத்துகளால் பொறிக்கப் படத் தக்கதாகும். ஃபெர்மி அனைவரிடமும் 'மதிய உணவுக்கு நேரமாகி விட்டது, வாங்க சாப்பிடலாம்' என்றார்.

பின்னர் அனைவரும் தங்கள் பணியிடத்தை நோக்கிச் சென்றவுடன் பரிசோதனை ஆரம்பமானது. நியூட்ரான் எண் கணினி தொடங்கும் வரை அனைவருக்கும் நிமிடங்கள் வருடங்களாகத் தோன்றியது. ஆனால் அதன் கணக்கு தொடங்கப்பட்டதும் விஞ்ஞானிகள் அனைவரும் பதற்றம் அடைந்தனர். சங்கிலித் தொடர் இயக்கம் ஸ்தாபிதம் ஆகி விட்டது. சிக்காகோ நேரப்படி 15 மணி 25 நிமிடங்களில் அது நேர்ந்தது. அந்த கட்டுப்பாடு உடைய அணுத்தீ 28 நிமிடங்கள் இடைவிடாதெரிய அனுமதி தரப்பட்டது. பின்னர் ஃபெர்மி அளித்த உத்தரவின்பேரில் அது அணைக்கப்பட்டது.

இதையடுத்து அங்கிருந்த விஞ்ஞானிகளில் ஒருவர் தொலைபேசி மூலம் உயரதிகாரிகளுக்கு சங்கேத மொழியில் அறிவித்த செய்தி : "இட்டாலிய கடலோடி புதிய உலகை வந்தடைந்தார்". அதன் பொருள் யாது என்றால் இத்தாலி நாட்டு விஞ்ஞானியான என்றிகோ ஃபெர்மி அணுக்கருவின் ஆற்றலை வெளிப்படச் செய்துவிட்டார். இதன்மூலம் மனிதனால் அதன் ஆற்றலைக் கட்டுப்படுத்தவும் அவன் இஷ்டம்போல் உபயோகிக் கவும் இயலும் என்பதாகும்.

ஆனால் ஒருவர் இஷ்டத்துக்கு எதிராக மற்றொருவர் இஷ்டம் இருக்க வாய்ப்பு உண்டு. அந்தக் காலங்களில் சங்கிலித் தொடர் இயக்கம் என்பது அணுகுண்டு தயாரிப்புப் பாதையில் ஒரு படி என்று நோக்கப்பட்டது. அதை நோக்கித்தான் அமெரிக்க அணு ஆராய்ச்சியாளர்கள் சென்று கொண்டிருந்தனர். இவ்விஷயத்தை சுற்றியிருந்த சூழ்நிலை பதட்டம் மிகுந்ததாக

இருந்தது. எனினும் இதனுடன் தொடர்புகொண்ட சில தமாஷ் சம்பவங்கள் அக்காலத்தில் பதிவானது.

1943ம் ஆண்டு இலையுதிர் காலத்தில் நாஜி படையினரால் ஆக்கிரமிக்கப்பட்ட டென்மார்க்கில் இருந்து நியெல்ஸ் போஹ்ர் அவர்களை அமெரிக்காவுக்கு கொண்டுசெல்ல முயற்சி மேற்கொள்ளப்பட்டது. ஏனெனில் அவரது பரந்த அறிவும் திறனும் அங்கு பகிரப்படும் என்ற எதிர்பார்ப்பு நிலவியது. ஆகையால் ஒரு அமாவாசை இரவன்று மீனவன் தோற்றத்தில் மட்டமான மீன்பிடி படகு ஒன்றில் பிரிட்டிஷ் நீர்மூழ்கி கப்பல்கள் ரகசியமாய் காவல் காக்க சுவீடன் வந்தடைந்தார். அங்கிருந்து அவர் விமானம் மூலம் முதலில் பிரிட்டனுக்கும் பின்னர் அமெரிக்காவுக்கும் செல்ல ஏற்பாடு செய்யப்பட்டது.

போஹ்ர் கைவசம் இருந்த பயண மூட்டை ஒரே ஒரு பாட்டில்தான், பச்சை நிற தச்சுபீர் பாட்டில் ஒன்றில் அரிதான கடின நீரை அவர் ஜெர்மன் வசம் விட்டுவிடாமல் பாதுகாப்பாக வைத்திருந்தார். பல அணு இயற்பியலாளர்கள் கடின நீர் கொண்டு அணு உலையில் நியூட்ரான்களின் வேகத்தை மட்டுப் படுத்திட முடியும் என்று கருதினர்.

நெடுந்தூரம் விமானத்தில் பயணம் செய்தமையால் விஞ்ஞானி களைப்படைந்தார். ஆனால் பயணக் களைப்பில் இருந்து சற்று விடுபட்டதும் அவர் கேட்ட முதல் கேள்வி தான் கையுடன் எடுத்து வந்த பாட்டில் எங்கே? என்பதுதான். ஆனால் தன்னுடைய ஞாபக மறதிக்கு தானே இரையான அவரது பரிதாப நிலை எப்படி இருக்கும் என்பதை சற்றே எண்ணிப் பாருங்கள். அவர் கைவசம் எடுத்து வந்தது பாட்டில் நிறைய சுத்தமான தச்சுபீர் தான். அவர் மறைத்து வைத்திருந்த கடினநீர் டென்மார்க்கில் இருந்த அவரது வீட்டில் உள்ள குளிர்சாதனப் பெட்டியில் உறங்கிக் கொண்டிருந்தது.

அணுகுண்டுக்காக உருவாக்கப்பட்ட முதற்சிறு கட்டி யுரேனியம் -235 ஓக் ரிட்ஜி, டென்னெசீயில் உள்ள இராட்சத ஆலைகளில் தயாரிக்கப்பட்டு சிறப்புத் தூதர் ஒருவர் மூலம் நியூ மெக்சிகோ அருகில் காண்யான் என்ற வறண்டுவிட்ட ஆற்றுப்படுகை அருகாமையில் கொலைகார ஆயுதம் தயாரிக்க லாஸ் அலமாஸ் என்ற மறைவிடத்துக்கு அனுப்பப்பட்டது. ஓட்டுநர் மற்றும் தூதராய் செயல்பட்ட அந்த நபரிடம் எதைக்

கொண்டு செல்கிறார் என்று கூறப்படவில்லை. ஆயினும், ஓக் ரிட்ஜ் பகுதியில் உருவாக்கப்படும் மரணக் கதிர் குறித்த பயங்கரக் கதைகள் ஏராளமானவற்றை அவர் கேள்விப்பட்டிருந்தார். வாகனத்தை ஓட்டிச் சென்ற அந்த நபர் நேரம் செல்லச் செல்ல படபடப்படைந்தார். பயம் காரணமாக தன் பின்புறம் இருந்த அந்தப் பெட்டியை காரில் விட்டு தப்பி ஓடி உயிர் பிழைத்திடவும் அவர் தயங்கினாரில்லை.

ஒரு நெடிய பாலத்தை அந்தத் தூதர் காரில் கடக்கையில் தனக்குப் பின்னால் பலத்த சத்தத்தைப் கேட்டார். சுவரில் அடித்த பந்து திரும்புவதைப் போல் காரையும் பெட்டியும் அப்படியே கைவிட்டு 100 மீட்டர் ஓட்டப்பந்தய வீரர்போல் பயத்தால் ஓட ஆரம்பித்தார். சற்றுத் தூரம் ஓடிய அவர் தனக்கு ஆபத்து ஏதும் ஏற்படவில்லை என்று தெளிந்து நிம்மதி பெருமூச்சுவிட்டார். ஆனால் அச்சமயம் அவர் திரும்பிப் பார்த்தபோது ஏராளமான கார்கள் அவரது காருக்கு பின்பக்கம் ஒலி எழுப்பி வழிவிடச் சொல்லியதை உணர்ந்தவராய் மீண்டும் தன் காரின் ஓட்டுநர் இருக்கைக்குச் சென்று பயணத்தைத் தொடர்ந்தார்.

ஆனால் தனது காரின் ஸ்டீரிங் வீலை அவர் தொட்டதுதான் தாமதம் - இடியோசை போன்று மற்றுமொரு சத்தம் கேட்டது. அவரது தற்காப்பு உணர்ச்சி ஓட்டுநர் இருக்கையில் இருந்து அவரைத் தூக்கி எறிய புதிய ஓட்டப்பந்தயத்தில் ஈடுபடலானார். ஆனால் இவரது செய்கையால் ஆத்திரமடைந்த டிராபிக் போலிஸ்காரர் ஒருவர், இவரை ஓவர்டேக் செய்து அந்தப் பயங்கர ஒலிகள் அருகாமையில் உள்ள பரிசோதனைக் களத்தில் புதிய 'ஷெல்'கள் சோதனையால் வந்த ஒலி என்று ஆதாரத்துடன் சமாதானம் செய்யவே சிறப்புத் தூதர் தெளிவடைந்தார். லாஸ் அலமாஸ் பணிக்களம் ஆழ்ந்த மர்மம் நிரம்பியதாய் விளங்கியது. எல்லா பிரதான விஞ்ஞானிகளும் புனைப் பெயரில்தான் அங்கு பணியாற்றினர். நியெல் போஹர் என்பவர் நிக்கோலஸ் பேக்கெர் என்றழைக்கப்பட்டார். என்றிகோஃபெர்மி என்பவர் ஹென்றி ஃபார்மெர் என்றழைக்கப்பட்டார். யூகெனி விக்நெர் என்பவர் யூகெனி வாக்னர் என்றழைக்கப்பட்டார்.

ஒருநாள் ஃபெர்மியும் விக்நெரும் ரகசிய ஆலையின் வெளிப்பக்கம் செல்ல நேர்ந்திட்ட சமயம் பாதுகாவலர் ஒருவரால்

தடுத்து நிறுத்தப்பட்டனர். ஃபெர்மி அவர்கள் ஃபார்மெர் என்ற பேரில் தனக்கு வழங்கப்பட்டிருந்த நுழைவு அட்டையை எடுத்து பாதுகாவலரிடம் காட்டினார். ஆனால் விக்நெரால் அவருடைய நுழைவு அட்டையை தேடிக் கண்டுபிடிக்க இயலவில்லை. விக்நெரிடம் அவர் பேரென்ன என்று பாதுகாவலர் கேட்ட பொழுது ஞாபக மறதி இயற்பியலாளர் விக்நெர் என்று உளறி விட்டார். ஆனால், உடன் சுதாரித்துக்கொண்டு வாக்னர் என பதிலளித்தார். இதனால் பாதுகாவலரின் சந்தேகம் உடனடியாக தூண்டப்பட்டது. அந்த பாதுகாவலர் வைத்திருந்த பேர்ப் பட்டியலில் வாக்னர் என்ற பேர்தான் இருந்தது. விக்நெர் என்று எவருமில்லை. ஆகையால் அந்தப் பாதுகாவலர் தான் நன்கறிந் திருந்த ஃபெர்மியை நோக்கி, 'இந்த ஆள் வாக்னர்தானா?' என்றார். 'ஆம் அவர் வாக்னர்தான், நான் ஃபார்மெர் என்பது போல' என்று பதிலளித்த பெர்மி ஒருவாறு பாதுகாவலரின் ஐயத்தை தெளிவித்த திருப்தியில் அந்த இடத்தை விட்டு அகல அனுமதி பெற்றதில் உள்ளூர மகிழ்ச்சியடைந்தார்.

1945ம் ஆண்டு மத்தியில் அணுஆயுத வேலை 2000 மில்லியன் டாலர் செலவில் நிறைவு பெற்றது. அதையடுத்து ஆகஸ்ட் 6ம் தேதியன்று ஹிரோஷிமா நகரத்து வானத்தில் இராட்சத காளான் பிரதானமாகத் தோன்றி பல்லாயிரக் கணக்கான ஜனங்களின் உயிரைப் பறித்தது. மனித நாகரிகத்தில் அன்றைய தினம் ஒரு கருப்பு தினம். மனித மூளையின் மாபெரும் ஆக்கம் மாபெரும் துக்கத்துக்கு காரணமாய் அமைந்துவிட்டது.

அழிவுக்குப் பின்வரும் ஆக்கம் :

விஞ்ஞானிகள் மற்றும் பொதுஜனங்களுக்கிடையில் அப்பொழுது ஒரு கேள்வி முன்நின்றது. அணு ஆயுதம் மேம்பாடு செய்யப்பட வேண்டுமா? அல்லது அணுக்கருவின் அபார சக்தி மனிதனின் தேவைகளுக்கு உபயோகப்படுத்தப்பட வேண்டுமா? இவற்றில் எதை உறுதியாகப் பற்றுவது என்று முடிவு எடுப்பது? இரண்டாவது வழிக்கான முதல் படியை கல்வியாளர் இகோர் குர்சேடோவ் தலைமையிலான ரஷ்ய விஞ்ஞானிகள் உருவாக்கி னார்கள்.

1954ம் ஆண்டு ரேடியோ மாஸ்கோ, முக்கியத்துவம் வாய்ந்த அறிவிப்பு ஒன்றினை ஒலி பரப்பியது. "ரஷ்ய

விஞ்ஞானிகள் மற்றும் பொறியாளர்கள் ஆகியோரின் அரும் பெருமுயற்சியாக 5000 கிலோவாட் திறன்கொண்ட உலகின் முதல் அணுஉலை வெற்றிகரமாக இயங்கத் தொடங்கி உள்ளது." உலக வரலாற்றில் முதன்முறையாக உரேணியம் கொண்டு உரு வாக்கப்பட்ட மின்சாரத்தை மின் கம்பிகள் தாங்கிச் சென்றன.

அன்றைய காலப் பத்திரிகைகள் மற்றும் தகவல் தொடர்பு சாதனங்கள் அணுகுண்டு பிறப்பைக் காட்டிலும் அணுமின் நிலையங்கள்தான் மிகுந்த முக்கியத்துவம் வாய்ந்தவை என்று ஏகோபித்த கருத்தை வெளியிட்டன. இவ்வாறாக, அணுமின் உற்பத்தி தொடங்கி 20ம் நூற்றாண்டின் அமைதியான எரிபொருளாக உரேணியம் திகழ்கிறது.

லெனின் :

அடுத்த 5 ஆண்டுகளில் உலகின் முதல் அணுஆற்றல் கொண்ட லெனின் என்ற பனிக்கட்டி பிளக்கும் ரஷ்யக் கப்பல் வெள்ளோட்டம் விடப்பட்டது. அக்கப்பலின் என்ஜின் முழு ஆற்றலுடன் இயங்க (44,000 குதிரைத் திறன்) சில டஜன் கிராம் எடை கொண்ட உரேணியம் எரிக்கப்படுவது போதுமானது. ஒரு கையளவு அணு எரிபொருள் பல்லாயிரம் டன்கள் எடை கொண்ட நிலக்கரிக்கும் எண்ணெய்க்கும் மாற்றாக அமைகிறது. இதர கப்பல்கள் உதாரணமாக, லண்டனில் இருந்து நியூயார்க் வரை பயணம் செய்ய பெருஞ்சுமையாக எரிபொருளைக் கொள்ள வேண்டும். அதேசமயம், லெனின் கப்பலின் உள் ஒரு சில டஜன் கிலோ யுரேனியம் கொண்டு மறுபடியும் எரி பொருளை நிரப்பத் தேவையின்றி 3 ஆண்டுகள் இடைவிடாமல் ஆர்க்டிக் கடலை வலம் வந்துகொண்டிருக்கலாம்.

ஆர்க்டிக்கா :

1974ம் ஆண்டு இன்னும் சக்தி கூடுதலாக உள்ள அணு பனிக் கட்டி பிளக்கும் கப்பல் ஆர்க்டிக்கா ரஷ்யாவினால் அறிமுகம் செய்யப்பட்டது. 3 ஆண்டுகள் கழிந்த பின்னர் ஆகஸ்ட் 17, 1977 அன்று அதுவரையில் யாராலும் தகர்க்க முடியாதிருந்த நடு பனித் தகட்டை நொறுக்கித் தள்ளி அக்கப்பல் வட துருவத்தை அடைந் தது. அவ்வாறு அப்பகுதியை அடைந்திட நெடுங்காலமாக கனவு கண்டிருந்த துருவ ஆராய்ச்சியாளர்கள் மற்றும் படகோட்டி களின் இலட்சியம் அன்றைய தினம் நிறைவேறியது.

பெருகும் அணு ஆற்றல் :

உலகில் மின்சாரம் தயாரிக்கப் பயன்படும் பொருட்களில் அணு ஆற்றலின் பங்கு பெரியதாக உயர்ந்து கொண்டிருக்கிறது. பல ஆண்டுகளுக்குமுன் ரஷ்யாவில் முதல் தொழில் முறை அணுமின் நிலையம் இயங்கத் தொடங்கியது. இந்த அணு உலை வேக நியூட்ரான் கொண்டு செயல்படுகிறது. இதன் வித்தியாச மான தன்மை என்ன என்றால், மலிவான உரேணியம் -238 (அரிதான உரேனியம் -235 அல்ல) இயற்கையில் அபரிமிதமாக கிடைப்பது கொண்டு இயங்கவல்லது. மேலும் அபாரமான சக்தியை மட்டும் அளித்திடாமல் போலோனியம் -239 என்ற செயற்கை பொருளையும் இந்த அணு உலை ஈன்றளிக்கின்றது. அதை மீண்டும் அணு எரிபொருளாக உபயோகிக்கலாம். கல்வியாளர் குர்சேடோவின் வார்த்தைகளில் சொல்ல வேண்டு மானால், "நீங்கள் உலையில் நிலக்கரியை எரிக்கின்றீர்கள், பிறகு அதன் சாம்பலுடன் அதைவிட அதிகமான நிலக்கரியை எடுக்கிறீர்கள்."

ஜப்பானிய ஆராய்ச்சியாளர் கடலில் இருந்து உரேணியம் பிரித்தெடுக்கும் தொழிற் சாலை ஒன்றை அமைத்துள்ளனர். மண்ணி லிருந்து பெறப்படும் உரேணியத்தை விட கடல்நீரில் இருந்து பிரித்தெடுக்கப்படும் உரேணியம் பல மடங்கு தயாரிப்புச் செலவு கொண்டதாகும். எனினும் நிலம் சார்ந்த உரேணியம் தழைக்கவும் வருங்காலத்தில் அணுமின் நிலைய உற்பத்திகளின் தேவை

உயரக்கூடும் என்பதை கருத்தில் கொண்டு கடல்நீரில் இருந்து யுரேனியம் பிரித்தெடுப்பதை ஜப்பான் மேற்கொண்டுள்ளது.

அபாயமான கழிவுகள் :

அணு எரிபொருளின் சாதகத்தன்மை சவாலுக்கு இளைத்தது அல்ல. ஆனால் அணுவின் ஆற்றலை பிரயோகம் செய்வதில் பல கஷ்டங்கள் உள்ளது. அவற்றில் பிரதானமானது, கதிரியக்க கழிவுகளின் மேலாண்மை ஆகும். அந்த அபாயமான சாம்பலை அடுத்து என்ன செய்யலாம்? அவற்றை சிறப்பான பெட்டிகளில் அடைத்து ஆழ்கடலில் மூழ்கடிக்கலாமா அல்லது பாதாளத் தில் தள்ளிப் புதைக்கலாமா? உண்மை என்னவெனில் இவ்விரு வழிமுறைகளும் பிரச்சனைக்கு தீர்வு காணாது. ஏனென்றால் அழிவை உள்ளாக்கவல்ல அந்தப் பொருட்கள் அப்பொழுதும் நம் புவியை விட்டு நீங்கிடாது இருக்கும். அமெரிக்காவில் ஒரு சிந்தனை உதித்தது அது என்னவெனில் அந்த அபாயக் கழிவு தாங்கிய பெட்டிகளை அண்டவெளிக்கு அனுப்புவதாகும். அந்த சிந்தனை உதயமானவரின் கருத்துப்படி அப்பெட்டிகள் சூரியனை நோக்கி செல்லும் விண்கலத்தில் அனுப்பப்பட வேண்டும். ஆனால் சொல்லாமல் புரிந்துகொள்ள வேண்டிய விஷயம் அத்தகைய பார்சல் அனுப்புவது இன்றுள்ள சூழ்நிலையில் மிகுந்த செலவுக்கு வழிவகுக்கும். ஆனால் சில நல்லதே நடக்கும். சிந்தனையாளர்கள் எண்ணப்படி இன்னும் 10 ஆண்டு காலத்தில் அதற்கு சாத்தியம் உள்ளது என்பதாகும்.

அற்புதம் :

உரேணியத்தின் எதிர்காலம் குறித்து சிந்திக்க சிறப்பான கற்பனை வளம் கொண்ட மனம் தேவை இல்லை. உரேணியத்தின் சக்தி வருங்கால விண்வெளிக் கலன்களுக்கு உப யோகப்படும். நீரடி நகரங்கள் மற்றும் செயற்கை தீவுகளுக்கு மின்சக்தி அளிக்கும். இன்னும் சில ஆண்டுகளில் பாலைவனம் சோலைவனமாக தண்ணீர் அளிக்கும், புவியின் ஆழத்தைக் கண்டிட உதவும், பருவ நிலையை மாற்றும். இப்படி சொல்லிக் கொண்டே அதன் மகத்துவத்தை எண்ணலாம். சுருக்கமாகச் சொன்னால் இயற்கை அளித்த பொருட்கள் யாவற்றையும் விட உரேணியம் சிறந்த அற்புதம் எனலாம்.

இரண்டாம் பாகம்

தமிழ் கூறும் ஏழு லோகம்

1. பொன்

பொன்!...பல்லாயிரமாண்டுகள் பழமை வாய்ந்த மானுட குல நாகரிகத்தில் பொன்னுக்கு நிகரான பாவகாரியான பாத்திரத்தை ஏற்றிடும் விதி எப்பொருளுக்கும் நேர்ந்த தேயில்லை. பொன் வேண்டி இரத்த வேட்கையோடு போர்கள் தொடுக்கப்பட்டுள்ளன. நாடுகள் நாசமாக்கப்பட்டுள்ளன. இராட்சசத்தனமான கொலைகள் நிகழ்த்தப்பட்டுள்ளன. இவ் வழகிய மஞ்சள் நிறப் பொருளால் உண்டான துன்பத்தையும் துயரத்தையும் விவரித்து விளக்க எச்சொல்லுக்கும் போதுமான திராணி இல்லை என்றே கூறலாம்.

மிடாஸ் கேட்ட வரம் :

பொன் ஆசைக்கு இரையாகி பாடாய் படுத்தப்பட்ட முதல் நபர் அரசர் மிடாஸ் என்றால் அஃது மிகையல்ல. கிரேக்க நாட்டு இதிகாசம், அரசர் மிடாஸ் என்பவர் டையானசஸ் இறைவனிடம் தொட்டதெல்லாம் பொன்னாக வரம் கேட்டார். அதன்படி வரமும் கிடைத்தது. அதனால் பட்ட பாட்டை பற்றித் தொடர்ந்து படியுங்கள்.

செயுஸ் என்ற கிரேக்கக் கடவுள் சொர்க்கலோகத்தின் அதிபர் ஆவார். அவரது மகனான டையானசஸ் என்பவர் திராக்ஷை மதுபானத்தின் இறைவன் ஆவார். ஒரு நாள் டையானசஸ் விண்ணிலிருந்து மண்ணுக்கு வந்து மிடாஸ் நாட்டு நந்தவனத்தில் தனது துதிபாடிகளுடன் உலாவிக் கொண்டிருந் தார். டையானசஸ் உடன் அவரது பாதுகாவலரும் போதகரு மான சிலெனஸ் என்பவரும் இருந்தார். முதியவரான சிலெனஸ் எப்போதும் குடிபோதையில் மிதக்கும் தமாஷ் பேர்வழி ஆவர். இப்படிப்பட்ட சிலெனஸ் போதை தலைக்கு ஏறியதால் சுயநினைவு இழந்து விழுந்துவிட்டார். இதைக் கவனியாத அவர் உடன் வந்த துதிபாடி கூட்டத்தினர் அவரை தனியே விட்டுச் சென்று விட்டனர். சேற்றில் இருந்தாலும் செந்தாமரையை இகழ்வார் உண்டோ? என்பதுபோல் பரிதாபகரமாக வீழ்ந்து கிடந்த சிலெனஸை, கிரேக்க நாட்டு குடியானவர்கள் தூய்மை செய்து மலர்களால் அலங்கரித்து தங்கள் அரசர் மிடாஸ் முன்பு ஆஜர் செய்தனர்.

தெய்வம்சம் மற்றும் உயிர்ப்புள்ள நகைச்சுவை உணர்வு பொருந்திய குடிகாரக்கிழவனான சிலெனஸை அரசர் மிடாஸ் உடனடியாக அடையாளம் கண்டுகொண்டார். அவரது வருகையால் மகிழ்ச்சியுற்ற அரசர் மிடாஸ் 10 நாட்கள் ராஜபோக விருந்து நிகழ்ச்சிக்கு ஏற்பாடு செய்தார். இறுதியாக, 10ம் நாளன்று தன்னுடைய தேரில் அரசர் மிடாஸ், உடன் சிலெனஸையும் செல்லும் வழியில் ஒரு தேவகுரு மரக்கிளையைப் பற்றி முறித்தார். உடனடியாக அம்மரக்கிளை பொற்கிளையாக மாறியது. கோதுமை வயலில் விளைந்த கதிர்மணியைத் தொட் டார். உடன் அதுவும் பொன்மணியாக மாறியது. மரம் ஒன்றில் தொங்கிக் கொண்டிருந்த செக்கச்செவேல் என்ற ஆப்பிள் கனியை பறித்து எடுத்தார். உடன் அந்த ஆப்பிளும் சூரியன் போன்று தகதகக்கும் பிரகாசமுடைய பொன்னாக மாறியது. தனது இரண்டு கரங்களையும் கழுவ வேண்டும் என்று எண்ணிய வராய் ஓடுகின்ற வாய்க்கால் நீரில் தன் கரங்களை நீட்டினார். என்ன அதிசயம்! அவர் கரங்களில் பட்ட பச்சைத் தண்ணீரும் உருகும் பொன்னாக மாறி குழைந்தோடியது. இதனால் பெருமகிழ்ச்சி அடைந்த அரசர் மிடாஸின் கண்கள் ஆனந்தக் கண்ணீரை உகுத்தது.

ஆனால்....அரசர் மிடாஸ் உடைய உணவு மேஜைக்கு அறுசுவை உண்டி வந்த பொழுதில்தான் அவருக்கு எப்பேர்ப்பட்ட பாதகமான வரம் தனக்குக் கிடைத்துள்ளது என்று உறைத் தது. ஆம்! அவர் தொட்ட உணவும் கலகலக்கும் பொன்னாக மாறியது. உவந்து பருகும் தண்ணீரும், மென்று சுவைக்கும் உணவும் பொன்னாக மாறியதால் நாவறட்சி ஏற்பட்டு தாகத் தாலும், கொலைப் பசி பட்டினியாலும் அல்லற்பட்டு அலங்கோலமாய் தான் மரணம் எய்தப் போவதை எண்ணி அஞ்சி நடுங்கினார். இரத்தக் கண்ணீர் வடித்தார்.

எனவே அரசர் மிடாஸ், தரையில் மண்டியிட்டு தனது இரு கரங்களையும் வானை நோக்கி அகல விரித்தபடி கதறினார். 'ஐயா டையானசஸ் அவர்களே என்னை மன்னித்தருள்வீராக! உம்மை இறைஞ்சிக் கெஞ்சுகிறேன். நீவிர் எமக்களித்த வரத்தை தயை கூர்ந்து திரும்ப எடுத்துக்கொண்டு விடும்.' அரசர் மிடாஸ் அழுது அரற்றிய அலறலுக்கு செவி மடுத்த இறைவன் டையானசஸ் அசரீ ரியாய் பேக்டுலஸ் ஆற்றின் ஊற்றுக்கண்ணுக்குப் போகுமாறு மிடாசுக்கு கட்டளை இட்டார். பேக்டுலஸ் ஆற்றங்கரையில் ஓடிய தெள்ளிய தண்ணீர் அரசர் மிடாஸின் கரங்களில் படிந்திருந்த பாவத்தின் கறையான வரத்தினை கழுவித் துடைத் தெறிந்தது. அரசர் மிடாஸ் சாபவிமோசனம் பெற்றார்.

பொன்னாசைக்கு இரையானவர்கள் பட்டியலில் அரசர் மிடாஸ் முதலானவர். ஆனால் முடிவானவர் அல்ல. பொன்னா சையால் சித்தம் கலங்கி பித்து பிடித்த நபர்களின் எண்ணிக்கை பெருகிக் கொண்டுதான் இருக்கிறது.

பிரமிட்டில் பிரமிப்பூட்டும் பொன் :

பண்டைய காலங்களில் எகிப்து பொன் வளச்செழிப்பில் முதன்மை பெற்று திகழ்ந்தது. 1907ம் ஆண்டு முதல்முறையாக பிரமிட்களை அகழ்வாராய்ச்சியாளர்கள் தோண்டினார்கள். நைல் ஆற்றங்கரை அருகில் அமைந்திருந்த பண்டைய எகிப்து அரசர்களின் சவக்குழிகளை ஆராயப் புறப்பட்ட ஆராய்ச்சி

யாளர் அன்று எழுதிய குறிப்பு பின்வருமாறு கூறுகின்றது. 'சூரிய ஒளியில் எங்கும் பொன் மின்னக் கண்டேன், தரையிலும் பொன், சுவற்றிலும் பொன், உத்தரத்திலும் பொன். பாடம் செய்யப் பட்டிருந்த உடல்களை உள்ளடக்கி வைத்திருந்த பேழைகளும் பொன். பொற்கொல்லனின் உலையில் இருந்து சற்று முன்னர் தான் வெளிவந்த பொன் ஆபரணம்போல் பல்லாயிரமாண்டு பழமையான பொன் இருட்டைக் கிழித்துக் கொண்டு ஜொலித்தது'.

800 கன்னிப்பெண்கள் கொலை :

மலிந்த பொருட்களைக் கொண்டு அரிய பொன் தயாரிக்க முனைபவர்கள் தொன்றுதொட்டு இருந்து வந்தபோதிலும் அத்தகைய இரசவாதிகளின் பெருக்கம் இடைக்காலத்தில் உச்சத்தை எட்டியது. இரசவாதிகளுடைய வளமான மண்ணில் நம்பிக்கைத் துரோகமும் பழிக்குப்பழி உணர்வும்தான் பொன் தயாரிக்க முற்படும் பணியில் விளைந்தன.

கி.பி.1440ல் நேண்டெஸ் நகரில் இரண்டு இணை பிரியா நண்பர்கள் இருந்தனர். ஒருவர் பெயர் ரெட்ஸ், மற்றொருவர் பிரிலேட்டி. ரெட்ஸ் என்பவரின் வழக்குற்ற பெயர் 'நீலத்தாடி' (ஆட்டோ சங்கர் போல) நேண்டெஸ் நகர கிறிஸ்தவ தேவா லயம் இவ்விருவர் மீதும் கொலைகள் புரிந்தனர் என்று சாடியது. அக்குற்றச்சாட்டு யாதெனின், இவ்விருவரும் இரத்தக் காட்டேரி யாகி 800 கன்னிப்பெண்களின் இரத்தத்தை உறிந்தெடுத்து அதிலிருந்து பொன் பிரித்து எடுத்துள்ளனர் என்பதாகும். பொன்னாசையில் இக்குற்றத்தைச் செய்ததாக இவ்விருவரும் விசார ணையில் பிஷப்பிடம் ஒப்புக் கொண்டனர். இதையடுத்து இவர் கள் இருவரையும் உயிருடன் கொளுத்திட பிஷப் உத்தரவிட் டார். பிஷப் உத்தரவு நிறைவேற்றப் பட்ட இச்சம்பவம் நடந்து முடிந்து நெடுங்காலத்துக்குப் பின்னர் 1926ம் ஆண்டு நீலத்தாடி வாழ்ந்த அரண் மனையில் அகழ்வாராய்ச்சி நடை

பெற்றது. அந்த அகழ்வாராய்ச்சி அரிய பொருள் ஒன்றை ஈட்டியது. நீலத்தாடிக்காக வேண்டி அவரது ஆப்த நண்பர் பிரிலேட்டி குருதியில் குவித்த பொன் கொண்டு செய்த கல் பதித்த பொன்னாபரணமே அஃது. இதைப்போன்று வரலாற்றின் இடைக்காலம் பொன் சரிதத்தில் பக்கம் பக்கமாக பல இண்ட்ரெஸ்டிங் விஷயங்களை எழுதியது. அவை இண்டெ ரெஸ்டிங்காக மட்டும் இல்லை இம்ப்ரெஸிவ்வாகவும் இருந்தது.

செவ்விந்தியர் நாட்டில் பொன் வேட்டை :

1492ம் ஆண்டு வெள்ளைக்கார இனத்தவர்கள் காலடி எடுத்து வைக்கும் முன்பாக அமெரிக்காவில் மாயா, அஸ்டெக்ஸ், இன்காஸ் என்ற பூர்வகுடிகள் ஏகபோக ஆட்சி நடத்தி வந்தனர். பின் 16ம் நூற்றாண்டில் இவ்வினத்தவரை எவ்வித தயவு தாட்சண்யமும் பார்க்காமல் கொன்று குவித்த ஸ்பெயின் மற்றும் போர்ச்சுகல் 'கஜினிகோரிகள்' அவர்களது வழிபாட்டுத்தலங் களை தகர்த்து பொற்கட்டியாக்கி கப்பலேற்றி அக்கரைக்கு அள்ளிச் சென்றனர்.

அறிஞரின் வாய்மை :

பல பொருட்களைக் காட்டிலும் பொன் கனமுடைய தாகும். இவ்வடிப்படை உண்மையை பகுத்துக் காட்டி அரசர் ஹியெரான் தரித்த மகுடம் மாசுறு பொன் என்று கிரேக்க அறிஞர் ஆர்க்கெமெதெஸ் (287-212கி.மு.) சாதித்தார்.

ஹியெரான் என்ற அரசருக்கு தான் தரித்திருந்த மகுடத்தில் பொற்கொல்லர்கள் தில்லுமுல்லு செய்து பிற பொருட்களை கலந்திருப் பார்களோ? என்ற ஐயம் ஏற்பட்டது. ஆகையால் அரசவை அறிஞர் ஆர்க் கெமெதெஸிடம் இச்சிக்கலுக்கு விடை காண உத்தரவிட்டார். மகுடத்தை உரசி சேதம் செய்யாமல் விடை காண அறிஞர் ஆர்க்கெ மெதெஸ் மூளையைக் கசக்கி யோசித் தார்.

புறத்தூய்மை நீரான் அமையும் அகத்தூய்மை

வாய்மையால் காணப் படும்

என்பதற்கேற்ப சிந்தித்துக் களைத்துப் போயிருந்த ஆர்க்கெமெதெஸ், புத்துணர்ச்சி வேண்டி குளியல் தொட்டிக்குள் குதித்தார். தொட்டியிலிருந்த தண்ணீர் விளிம்பைத் தாண்டி வெளியே வழிந்தது. விகிதாச்சார அடர் அளவை என்ற கோட்பாட்டினை கண்டுபிடித்துவிட்ட மகிழ்ச்சியில் 'யுரேகா! யுரேகா!' (கிரேக்கத்தில் கண்டுபிடிப்புக்கு யுரேகா என்று பேர்) என்று மெய்மறந்து கூவியபடி அரசருக்கு விளக்கமளித்தார்.

திரவ மற்றும் திடப் பொருட்களின் விகிதாச்சார அடர் அளவையாக தண்ணீரை கொண்டு மாசற்ற பொன்னின் அடர் அளவை 19.3 எனக் கணக்கிட்டார். முதலில் கிரீடத்தை தனியாக எடையிட்டார். பின்னர் அளவுகோல் கொண்ட ஒரு தண்ணீர் தொட்டியில் அக்கிரீடத்தைப் போட்டு அதனால் வெளியேற்றப் பட்ட நீரின் அளவையும் துல்லியமாகக் கணித்தார். பொன்னால் செய்யப்பட்ட கிரீடத்தின் எடையை அதனால் வெளியேற்றப் படும் நீரின் எடைகொண்டு வகுத்தபோது பொன்னின் அடர் எடை எண்ணான 19.3 வரவில்லை. மிகக் குறைவான எடை வந்தது. இதனால் பொற்கொல்லர்கள் பொன்னுக்குப் பதிலாக மலிவான பொருள் கலந்து கிரீடம் தயாரித்தது நிரூபணம் ஆயிற்று.

பொன்னின் தன்மை :

சுத்தமான பொன் மிக மிருதுவானது, நசுங்கக் கூடியது. ஒரு தீக்குச்சி முனை அளவுள்ள பொன் கொண்டு 3 கிலோ மீட்டர் நீளத்துக்கு இழை நீட்ட முடியும். 50 சதுர மீட்டருக்கு என்று அதை தட்டிப் பரப்பி ஒளி ஊடுருவ வல்ல இலையாக்கலாம். விரலின் நகம் கொண்டு உரசி வடு உண்டாக்கலாம்.

உற்பத்தி செய்யப்படும் பொன்னில் ஒரு சிறு பங்கு மட்டும்தான் ஆபரணம் தயாரிக்க பொற்கொல்லர்களாலும், சிகிச்சை அளிக்க பல் மருத்துவர்களாலும் பயன்படுத்தப் படுகிறது. தற்காலத்தில் மின்னணு சாதனங்கள் பலவற்றில் அபரிமிதமாக பொன் உபயோகப்படுத்தப்படுகிறது.

ஆயுள் கைதி! :

பொன், பொருட்களுக்கு எல்லாம் ராஜா என்று அடிக்கடி கூறப்படுகிறது, மதிக்கப்படுகிறது, போற்றப்படுகிறது. ஆனால் அதன் விதி பொறாமைப் படத்தக்கது அல்ல. பொன் ஒரு ஆயுள் கைதி. சற்றே நினைத்துப் பாருங்கள் புவியின் ஆழத்தில் இருந்து விடுவிக்கப்பட்ட பொன் உடன் எட்டாப் பெட்டகங்களில் கவசமிட்ட அறைகளில் வலிமையான நிலவறைகளில் பூட்டுப் போட்டு பாதுகாக்கப்படுகிறது.

எனினும் தொழிற்சாலைகளில் பொன்னுக்கான தேவை ஆண்டுதோறும் உயர்ந்து வருகிறது. எஃகு பெட்டகங்களில் இருந்து வெகு விரைவாகவோ அல்லது தாமதமாகவோ பொன் வெளியேறி தொழிற்சாலைகளிலும் ஆராய்ச்சிக் கூடங்களிலும் முக்கியப் பாத்திரமாக செயல்படும் என்பதை தைரியமாகவும் திட்டவட்டமாகவும் உலகோருக்கு உரைக்கலாம்.

2. வெள்ளி

மாவீரன் அலெக்சாண்டர் பின்வாங்கினார் :

வெற்றிமீது வெற்றியைக் குவித்த வண்ணம் மாவீரன் அலெக்சாண்டரின் படைகள் கிழக்கு திசையை நோக்கி அணிவகுத்துச் சென்றுகொண்டிருந்தது. அலெக்சாண்டரின் படைகள் கி.மு.327ல் இந்தியாவுக்குள் புகுந்தது. உலகில் எவராலும் வெல்ல இயலாத தளபதியாக அலெக்சாண்டர் திகழ்ந்தார். ஆனால் கிரேக்கப் படை சேவகர்கள் இடையே வினோதமான வயிற்றுவலி பரவியது. அவ்வலியால் அவதியுற்ற அலெக்சாண்டரின் படை வீரர்கள் உடனடியாக தாங்கள் வீட்டுக்குச் செல்ல வேண்டும் என்று போராடத் தொடங்கினர். வெற்றிப்பாதையில் தொடர்ந்து பயணிக்க மாவீரன் அலெக்சாண்டர் எத்தனித்த போதிலும் தனது சேவகர்களின் நச்சரிப்பால் வந்தவழியே திரும்பிச் சென்றார்.

ஆனால் மேற்சொன்ன சம்பவத்தில் முக்கியமானதொரு துப்பு இருந்தது. கிரேக்கப் படை சேவகர்களைக் காட்டிலும் மிகக் குறைந்த எண்ணிக்கையிலேயே இவ் வினோத நோய்க்கு கிரேக்க படைத் தளபதிகள் இலக்காயினர். இதற்கு விஞ்ஞானப் பூர்வமான விளக்கம் அளிக்க 2000 ஆண்டுகள் தேவைப்பட்டது. விஷயம் இதுதான். கிரேக்கப் படை வீரர்கள் தண்ணீர் குடிக்க ஈயம் கொண்டு செய்யப்பட்ட கோப்பைகளையும், கிரேக்கப் படைத் தளபதிகள் தண்ணீர் குடிக்க வெள்ளிக் கோப்பைகளை பயன்படுத்தினார்கள் என்பதே காரணமாகும்.

நீரில் கரைந்திடும் வெள்ளி பல கொடிய நுண்ணுயிர்களை கொல்லும் ஆற்றல் உடையது என்று உறுதி செய்யப்பட்டது.

நீரோவின் லாடம் :

ரோம் நகரம் தீப்பற்றி எரிந்து கொண்டிருந்த சமயம் அதன் சக்கர வர்த்தி நீரோ வியொலின் வாசித்துக் கொண்டிருந்தாராம். நீரோ மன்னர் ஊதாரித்தனத்துக்கு உலகளாவிய பேர் பெற்றவர். அவர் தன்னிடமிருந்த பல்லாயிரம் கோவேறு கழுதைகளுக்கு வெள்ளியினால் செய்யப்பட்ட லாடம் கொண்டு லாடமிட்டாராம்.

போலி நாணய பிலிப் :

13ம் நூற்றாண்டு இறுதியிலும் 14ம் நூற்றாண்டு தொடக்கத்திலும் பிரான்சு நாட்டை ஆண்ட பிலிப் 4 என்பவர் மோசடி மன்னன் பிலிப் 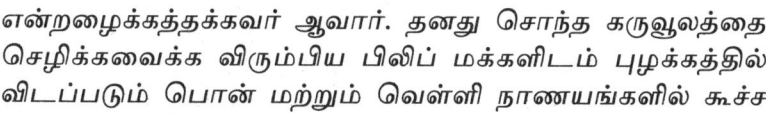 என்றழைக்கத்தக்கவர் ஆவார். தனது சொந்த கருவூலத்தை செழிக்கவைக்க விரும்பிய பிலிப் மக்களிடம் புழக்கத்தில் விடப்படும் பொன் மற்றும் வெள்ளி நாணயங்களில் கூச்ச நாச்சமின்றி கலப்படம் செய்தார்.

இதன் காரணமாக டாண்டே என்ற இலக்கிய மேதை, தான் எழுதிய 'டிவைனா காமெடியா' என்ற அரசியல் நையாண்டிச் சித்திரத்தில் 'பாவிகள் கூட்டத்தில் பிலிப் 4ம் இணைத்து காவியம் படைத்து விட்டார்' என்கிறார்.

செம்புக் கலவரம் :

1654ம் ஆண்டு போலாண்ட் நாட்டுடனான போர் ரஷ்யாவின் அரச கஜானாவை காலி ஆக்கி விட்டது. அச்சமயம், ரஷ்யாவை ஆண்ட ஜார் அலெக்ஸ்மைக்கல்விச்

என்பவர் வானை முட்டும் அளவுக்கு வரிகளை உயர்த்தினார். வறியவர்கள் மிகுந்த சிரமத்துக்கு ஆளானார்கள். அப்பொழுது பெடார் டிஷ்செவ் என்ற உயர்குடிப்பிரபு அரசுக்கு கருவூலம் நிரம்பி வழிய குறுக்குவழியைக் காட்டினார். அதன்படி, வெள்ளி முலாம் பூசப்பட்ட செம்புக் காசுகள் அரசு ஆணையின்பேரில் புழக்கத்தில் விடப்பட்டது.

இதையடுத்து மலிவான காசு ரஷ்யாவெங்கும் கரை புரண்டு ஓடிற்று. இருக்க வேண்டிய பணத்தின் அளவைவிட புழக்கத்தில் அதிகமாக பணம் இருந்ததால் பணத்தின் வாங்கும் திறன் வீழ்ச்சியடைந்து பொருட்களின் விலைவாசி உயர்கின்றது. ரஷ்யாவிலும் அப்படித்தான் ஆனது. ஏழை எளிய ரஷ்ய மக்கள் தங்கள் ஜார் மன்னர் செய்திட்ட சீர்திருத்தத்தால் ஏற்பட்ட கேட்டினை உடன் அனுபவிக்கத் தொடங்கினர். உணவுப் பண்டங்களில் விலை ஏற்றம் பெற்றுவிட்ட நிலையில், வாணிகம் செய்வோர் வெள்ளிப்பணம் அன்றி மற்றொன்றை வாங்க மறுத்தனர். எல்லா வெள்ளியும் ஜார் மன்னரின் கருவூலத்துக்கு சென்றுவிட்ட நிலையில் புதிய வெள்ளிப்பணம் எங்கிருந்து மக்களிடம் புழக்கத்துக்கு வரும்?

ரஷ்ய நிலத்தை பசி, பட்டினி, பஞ்சம் என்ற பிணி தாக்கியது. நாளுக்கு நாள் செல்லச்செல்ல ரஷ்ய மக்களின் தாக்குப்பிடிக்கும் திறனும் தேய்ந்தது. 1662ம் ஆண்டு செம்புக்கலவரம் என்று வரலாற்று ஏடுகள் அடிக்கோடிட்டுக் காட்டும் சம்பவம் மாஸ்கோ நகரில் வெடித்தது. ஈவு இரக்கம் இன்றி இக்கலவரம் இரும்புக்கரம் கொண்டு அடக்கப்பட்டது. ஆனால் மக்கள் தங்கள் வழியைத் தாங்களே பார்த்துக் கொள்கின்றனர். நாளடைவில் செம்புக்காசு புழக்கத்தில் இருந்து நீங்கி அவ்விடத்தை வெள்ளிப்பணம் நிரப்பியது.

விடி(யா) வெள்ளி :

ரஷ்யாவில் உள்ள யூரல் மலைப் பிராந்தியத்தில் பிரசித்தி பெற்ற இரும்பு தயாரிப்பாளர்களாக 1730 களில் மிடோவ் என்ற வாணிகக் குடும்பம் திகழ்ந்தது. அவர்களில் ஒருவரான மிடோவ் என்பவர் யூரல் மலை அடிவாரத்தில் வளம் கொழிக்கும் வெள்ளிச் சுரங்கம் ஒன்று அமைத்திட வழியைக் கண்டார். ஆனால் சுரங்கம் என்பது அரசுடைமை என்ற நடைமுறைச் சட்டம் அன்று

அமலில் இருந்தது. எனினும் மிடோவால் தான் பெற்ற செல்வத்தை அரசுக்கு அளிக்க மனம் ஒப்பவில்லை.

ஆகையால் அச்சுரங்கத்தில் இருந்து வெட்டி எடுக்கப்பட்ட வெள்ளிப்பாளங்கள் கொண்டு அரசாங்க நாணயங்கள் போன்று வார்ப்பிலிட்டு அச்சடித்து நாணயம் செய்யலானார். இதில் வேடிக்கையான வினோதம் யாதெனின், இவைதான் போலி நாணயமாயினும் அரச நாணயத்தைவிட வெள்ளி மிகுந்த நாணயம் என்பதாகும்.

மிடோவ் தோட்டத்தில் யாருமறியாவண்ணம் பாதாள நிலவறைகளில் வெள்ளிக் காசு தயாரிக்கும் தொழிற்சாலை இயங்கி வந்தது. அதில் அடிமைகள் பணிக்கு அமர்த்தப்பட்டு அல்லும் பகலும் உழன்று அரசுக் காசுக்கு நிகரான மிடோவின் வெள்ளிக் காசுகளைத் தயாரித்தனர். தப்பி ஓடிவிடாதபடி அந்த அடிமைகளை மிடோவ் வலிமையான இரும்புச் சங்கிலியுடன் பிணைத்துக் கட்டிப்போட்டு வைத்திருந்தார். மேலும் அரசர் பீட்டர் 1, அரசி அன்னா ஆகியோர் உடன் நட்புறவும் கொண்டிருந்தார். இந்நிலையில் எப்படியோ மிடோவ் கள்ளக்காசு தொழிற்சாலை நடத்திவருவதாக அரசல்புரசலான செய்தி வெளியாகிவிட்டது. எனினும் உரிய சான்று இன்றி மிடோவ் உடனான நட்புறவை முறித்துக்கொள்ள அரசரும், அரசியும் விரும்பவில்லை.

இதனிடையில் ஒருநாள் அரசி அன்னாவும் மிடோவும் ரம்மி என்ற சீட்டாட்டம் ஆடினர். அவர்களிடையே நடைபெற்ற சீட்டாட்டத்தில் அரசி அன்னா வெற்றி பெற்றார். தோல்வியடைந்த மிடோவ் வெள்ளி நாணயங்களை அரசி அன்னாவிடம் அளித்தார். அச்சமயம் அரசி அன்னா குறும்பாக, டெமிடோவை நோக்கி, 'இவ்வெள்ளிக்காசு உங்களுடைமையா? அரசுடைமையா?' என்று வினா எழுப்பினார். உடன் சுதாரித்துக் கொண்ட மிடோவ் கூழைக்கும்பிடு போட்டு அரசியை வணங்கி, 'நானும் அரசுடைமைதான், என் பொருட்களும் அரசுடைமை தான்' என்று நாடக பாணியில் டயலாக் பேசி நிலைமையைச் சமாளித்தார்.

இதையடுத்து நடைபெற்ற சம்பவம் ஒன்று கள்ள நாணய தொழிற்சாலைக்கு காவு மணி அடித்தது.

ஜல சமாதி :

மிடோவின் ரகசிய கள்ளக்காசு தொழிற்சாலையின் கட்டுக் காவலைத் தகர்த்து எறிந்த ஒரு நாணய உற்பத்தியாளர் மிகுந்த சிரமத்துக்கு இடையில் செயிண்ட் பீட்டர்ஸ்பர்க் நகரினை வந்தடைந்தார். தன் குட்டு வெளிப்பட்டு விடுமோ என்று அஞ்சிய மிடோவ், உடன் அடியாட்களை தயார் செய்து தப்பி ஓடிய நபரைக் கொன்று போடுங்கள், அஃது இயலாதபட்சத்தில்

யூரல் மலை அடிவாரத்தில் சுரங்கம் அமைத்து தோண்டும் வகையில் வெள்ளி குவிந்திருப்பதாக அரசி அன்னாவிடம் நற்செய்தி கூறுங்கள் என்றார்.

ஆனால் தப்பியோடிய கைதி தேடியவர்களிடம் அகப்பட வில்லை. ஆகையால் யூரல் மலை அடிவாரத்தில் வெள்ளி கிடைக்கிறது என்ற நற்செய்தி அரசவையில் தெரிவிக்கப்பட்டது. இதனை ஏற்று அப்பகுதியைச் சென்று பார்வையிட்டு கணக்கிட நிபுணர் குழு ஒன்றினை அரசு உருவாக்கியது. அக்குழு அங்கு சென்றடைந்து இரண்டு தினங்கள் மட்டுமே இருந்த நிலையில் மிடோவ் வெள்ளிச் சுரங்கம் அருகே இருந்த ஏரியின் மடை மதகுகளை திறந்து விடும்படி தனதாட்களுக்கு கட்டளை யிட்டார். வெள்ள நீர் புகுந்து கள்ளக் காசு சாலை, அதன் ஊழியர்கள் என்றென்றும் வெளிவராமல் ஜலசமாதி கண்டனர்.

கண்ணாடி தயாரிப்பு :

19ம் நூற்றாண்டின் இடையிலிருந்து கண்ணாடி செய்ய வெள்ளி துணை புரிகின்றது. பாலிஷ் செய்யப்பட்ட கண்ணாடித் தகடின் பின்புறம் வெள்ளி முலாம் பூசப்படும்போது ஏனைய பொருட்கள் யாவற்றையும்விட அதிக பிரதிபலிப்பு ஆற்றலை அத்தகைய கண்ணாடி எட்டுகிறது. மருத்துவ குணங்கள் பல கொண்டுள்ள வெள்ளி பல நோய்களின் சிகிச்சைக்கும் இன்றியமையா வரப்பிரசாதமாக உதவுகிறது.

புயல் போக்கும் வெள்ளி :

வெள்ளித் துகட்கு அற்புதமான பணி ஒன்றினை விஞ்ஞானிகள் ஆராய்வு செய்து செயற்படுத்தி வருகின்றனர். பேரழிவு உண்டாக்கும் சீற்றமிகு புயலை எதிர்க்க வெள்ளி உதவுகிறது. புயலால் உண்டாகும் பாதிப்பு மிகாதிருக்க அப்புயலை பரப்பளவில் பெரிதாக்க வேண்டும். அஃதாவது அதன் சுற்றுவட்டப் பாதையை அதிகரிக்க வேண்டும். இதைத்தான் வெள்ளித்துகள் செய்கின்றது. வளிமண்டலத்தில் உள்ள ஈரப் பதத்தினை வெள்ளி மழைத்துளியாக மாற்றுகிறது. ஏனெனில் சிதறல்களாய் உள்ள ஈரப்பதம் வெள்ளியால் ஈர்க்கப்பட்டு குளிர்ந்து திரண்டு நீர்த்துளியாக உருமாறி மாரி பொழியக் காரணமாகிறது.

இவ்வழிமுறை 1960களில் அட்லாண்டிக் கடலில் உருவான ஹரிக்கேண் புயல் மீது சோதனை செய்து பார்க்கப்பட்டது. விமானம் மூலம் 10 கி.மீ. உயரமும் 30 கி.மீ. நீளமும் கொண்ட வெள்ளித்துகள் உடைய வேதிக்கலவைப் படலம் காற்றில் தூவப்பட்டது. இதனுடைய தன்மை தெரியாமல் இப்படலத்தை புயல் வாரி சுருட்டி அதன் வாயால் விழுங்குகின்றது. அந்நொடி முதல் அப்புயலின் மூட்டம் உள்ள மையச் சுவர் போன்ற பகுதி 'புயல் கண்' விரிவடையத் தொடங்கி மழை பொழிய ஆரம்பிக் கின்றது. ஆகையால் புயல் திரட்டும் காற்றின் வேகமும் பலமும் பெருமளவுக்கு குறைந்து விடுகிறது. வெள்ளி தெளித்துவிடப் பட்டதால் புயல் ஆற்றலின்றி, ஆர்ப்பரிப்பு இன்றி பலம் குன்றி போகிறது. மிகப்பெரிய பரப்பளவு கொண்ட புயலைக் கட்டுப்படுத்திட ஒரு சில மெட்ரிக் டன்கள் எடைகொண்ட

வெள்ளி சார்ந்த வேதியற்பொருட்களே தேவை என்று எண்ணுகையில் ஆச்சரியம் மிகுகிறது.

அர்ச்செண்டா :

சுத்தமான வெள்ளி உடைந்து போகாமல் வளைய வல்லதாகும். வெள்ளியை நன்கு தட்டி 0.00003 செ.மீ அடர்த்தி கொண்ட ஒளி ஊடுருவ வல்ல இலையாக மாற்றிட இயலும். ஒரு கிராம் எடை கொண்ட வெள்ளியைக் கொண்டு கிட்டத்தட்ட 2 கி.மீ. நீளத்துக்கு இழை நூல் தயாரிக்கலாம்.

வெள்ளி அழகிய வெண்மை நிறப் பொருளாகும். இலத்தின் மொழியில் வெள்ளி "அர்ச்செண்டம்" என்றழைக்கப் படுகிறது. இச்சொல் சமஸ்கிருத "அர்ச்செண்டா" என்ற சொல்லின் மருவு ஆகும். சமஸ்கிருதத்தில் அர்ச்செண்டா எனில் பிரகாசிக்கும் நிறமுடையது என்று பொருள்.

நிகரில்லா வெள்ளி :

மின்சாரம் மற்றும் வெப்பத்தை தாங்கிச் செல்வதில் வெள்ளிக்கு நிகராக எப்பொருளும் இல்லை. தகவல்தொடர்பு சாதனங்களில் வெள்ளி மிக முக்கியமான அங்கம் வகிக்கிறது. வெள்ளி கொண்டு தயாரிக்கப்படும் தகவல் தொடர்பு சாதனங்களின் ஆயுட்காலம் பன்மடங்கு அதிகமாக உள்ளது. தானியங்கி சாதனங்கள், ராக்கெட்டுக்கள், நீர்மூழ்கிக் கப்பல்கள், கம்ப்யூட்டர்கள், அணு உலைகள் மற்றும் சமிக்ஞை அமைப்புகளின் தகவல் தொடர்பு கட்டமைப்பில் வெள்ளி பிரதான பாத்திரம் வகிக்கின்றது.

❖

3. இரும்பு

இரும்பு இல்லை என்றால்?

1910ம் ஆண்டு சுவிடன் தலைநகரான ஸ்டாக்ஹோல்மில் சர்வதேச புவியாளர் காங்கிரசின் பரிசீலனைகளில் முக்கிய மானதொரு அங்கமாக இரும்புப் பற்றாக்குறை குறித்த ஆராய்ச்சி இடம் பெற்றது. இதையொட்டி ஒரு சிறப்பு ஆணையரகம் அமைக்கப்பட்டு உலகெங்கிலும் உள்ள இரும்பு இருப்புக் குறித்து ஆய்வு மேற்கொள்ளப் பட்டது. அந்த ஆய்வறிக்கை அன்றைய தினத்திலிருந்து 60 ஆண்டுகளுக்குள் உலகம் இரும்பு வளத்தை இழந்து விடும் என்று கூறியது. நல்ல வேளையாக அவ்வாணை யரகத்தில் இருந்த மெத்தப் படித்தவர்களின் தீர்க்கதரிசனம் பொய்த்துப் போனது.

இன்றளவும் மனிதன் சிக்கனமாக இரும்பு உபயோகிக்கும் நிலைக்கு தள்ளப் பட்டு விடவில்லை. ஆனால் ஒருவேளை அவ்வாணையரகம் கூறிய ஆரூடம் பலித்து, உலகில் இரும்பு அற்றுப்போயிருந்தால் என்ன நிகழும்?

தலைசிறந்த ரஷ்ய அறிஞர் பெர்ஸ்மேன் என்பவர் என்ன நிகழும் என்பதை சிந்தித்து சித்தரித்து கூறியதாவது: "தெருக்களில் எல்லாம் கலவரமும் கலாட் டாவும் கோலோச்சும், இரயில் மற்றும் சாலைப் போக்குவரத்து ஸ்தம்பித்துப் போயிருக்கும்; பேரழிவு உலகை துடைத்

தெறிந்திருக்கும். எனினும் மனித குலம் எஞ்சியிருக்கும். ஆயினும் மேற்சொன்ன சம்பவங்கள் நிகழ்ந்து முடிவதற்குள் தனது உடலின் அத்தியாவசியத் தேவை யான 3 கிராம் இரும்புச் சத்தும் அற்றுப்போய் கடைசி மனிதனும் மடிந்திருப்பான்."

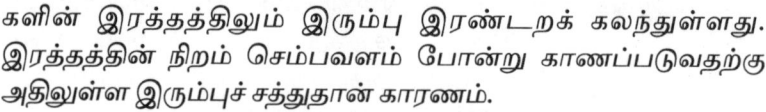

இரத்தம் ஏன் சிவப்பு நிறம் கொண்டுள்ளது? :

எவ்வுயிரின் வாழ்க்கையும் இரும்பு இன்றி அமையாது. இவ்வு லகிலிருக்கும் எல்லா உயிரினங் களின் இரத்தத்திலும் இரும்பு இரண்டறக் கலந்துள்ளது. இரத்தத்தின் நிறம் செம்பவளம் போன்று காணப்படுவதற்கு அதிலுள்ள இரும்புச் சத்துதான் காரணம்.

சில ஆண்டுகளுக்கு முன்பு அண்டார்டிகாவுக்கு பயணம் செய்த ரஷ்ய ஆராய்ச்சிக் குழு ஒன்று, இந்தியப் பெருங்கடலில் ஒரு வினோதமான ஜந்துவை கண்டெடுத்தனர். அந்த ஜந்துவின் இரத்தம் நிறம் எதுவும் இல்லாமல் தண்ணீர் போல் தெளிவாய் இருந்தது. தொடர்ந்து செய்யப்பட்ட ஆராய்ச்சியின் விளைவாக சிவப்பு இரத்தம் உள்ள மீன்களைவிட அந்த ஜந்துவின் உடலில் உள்ள இரத்தத்தில் 10ல் 1 பங்கு மட்டுமே இரும்புச் சத்து இருந்தது அறியப்பட்டது.

காதலுக்கு (இறுதி) மரியாதை :

19ம் நூற்றாண்டில் மனித உடல் கொண்டுள்ள இரத்தத்தில் இரும்பு உள்ளதை பிரான்சு நாட்டு விஞ்ஞானி மெரி என்பவர் கண்டறிந்தார். இதைக் கேள்வியுற்ற வேதியியல் பயிலும் மாணவர் ஒருவர் தன் காதலியைக் கவர்ந்திட தன் இரத்தத்தில் இருந்து பிரித்து எடுத்த இரும்பு கொண்டு மோதிரம் செய்து பரிசளிக்க விரும்பினார். படிப்படியாக தனது உடலில் இருந்து இரத்தத்தை வெளியேற்றி வேதியியல் விதிப்படி அதை சுத்தம் செய்து இரும்பு சேமிக்கத் தொடங்கினார். ஆனால் மோதிரம்

தயாரிக்கும் முன்னதாகவே இரத்த சோகை அவரைத் தாக்கி உயிரைப் பிரித்தது. ஏனெனில் மனித உடலில் வெறும் 3 கிராம் எடை கொண்ட இரும்புதானே உள்ளது.

இரும்பு அதை விரும்பு :

ஒரு நபருக்கு இரத்தத்தில் இரும்புச்சத்து குறைபாடு இருந்தால் அவர் சீக்கிரம் அலுப்படைவார், தலைவலியால் அவதிப்படுவார், எப்போதும் 'சிடு சிடு' என்று எரிந்து விழுவார். பழங்காலத்தில் இரும்புக்குள்ள மருத்துவக் குணங்கள் குறித்து மக்கள் அறிவு பெற்றிருந்தனர்.

இரும்பின் குறிப்பிடத்தக்க அம்சமாக அதன் காந்த சக்தி திகழ்கிறது. பண்டைய எகிப்து நாட்டு மக்கள் காந்தம் கொண்டு அமர நிலை எய்திடலாம் என்று திடமாக நம்பினார்கள். சீக்கடைந்த நோயாளிகள் இரும்புச்சத்து கலந்த மருந்து எடுத்துக் கொள்ள சிபாரிசு செய்தனர். கிரேக்க மருத்துவரும் ஆராய்ச்சி யாளருமான கேளென் (கி.பி.130-200) என்பவர் காந்தம் நல்லதொரு மலமிளக்கி என்றார். மற்றொரு கிரேக்க மருத்துவ ரான அவிசென்னா (கி.மு.980-1037) என்பவர் சித்தப்பிரமை போன்ற மனநோய்களுக்கு காந்தத்தின் மூலம் குணம் காணலாம் என்றார்.

எங்கும் எதிலும் :

விலங்குகளுக்கு மட்டுமல்ல; தாவரங்களுக்கும் இரும்புச் சத்து வேண்டி உள்ளது. 18ம் நூற்றாண்டின் ஆரம்பத்தில் பிரான்சு நாட்டைச் சார்ந்த வேதியியலாளரும் மருத்துவருமான நிக்காலஸ் லெமெரி என்பவர் எரிந்த புல்லிதழின் சாம்பலில் இரும்பு இருப்பதைக் கண்டறிந்தார். பின்னர் எல்லா தாவரங்களிலும் இரும்பு இருப்பது கண்டறியப்பட்டது. தாவரங்கள் சுவாசிக்க இரும்பு இன்றியமையா மூலப்பொருளாக செயல்படுகிறது.

கடற்பாசியானது ஆண்டொன்றுக்கு சுமார் 5,00,000 டன் எடை கொண்ட இரும்பை உட்கொள்கிறது என்பது அரிய உண்மை ஆகும். ஏனெனில் உலகம் முழுவதும் ஆண்டொன் றுக்கு உற்பத்தியாகும் இரும்பும் கிட்டத்தட்ட கடற்பாசி உட்கொள்ளும் எடைக்கு நிகரானதுதான்!

நாகரிகம் :

மனித நாகரிகம் தொடங்கிய காலம் இரும்புக்காலம் என்று அழைக்கப்படுகிறது. தொன்றுதொட்டு மனிதன் இரும்புமீதும் இரும்பு கொண்டு தொழில்முனைவோர் மீதும் மதிப்பு, மரியாதை கொண்டுள்ளான். பழங்காலத்தில் சில ஜனங்கள் பொன்னைக் காட்டிலும் இரும்புக்கு அதிக மதிப்புக் கொடுத்தனர். செல்வச் செருக்கு மிக்கவர்களால் மட்டும் இரும்பு பதித்த பொன் அணிகலன்களை தங்கள் ஆடை ஆபரணங்களில் பூட்டிக் காட்ட இயன்றது. பண்டைய ரோமாபுரியில் திருமணச் சடங்குக்கான மோதிரங்கள் கூட இரும்பு கொண்டுதான் செய்யப் பட்டது. பொருளறிவு பெருகத் தொடங்கியதும் இரும்பு மலிவான பொருளாகிவிட்டது. ஆனால் சமீப காலத்தில்கூட சில பிற்படுத்தப்பட்ட காட்டுவாசிகள் இரும்புக் கொள்முதலுக்காக பெரும் தொகை தரத் தயாராய் இருந்தனர்.

இரும்பு மோகம் :

பிரபல பிரிட்டிஷ் பயண ஆராய்ச்சியாளர் ஜேம்ஸ் குக் 18ம் நூற்றாண்டில் பாய்மரப்படகில் பல இடங்களுக்குச் சென்று தனது நாட்டுக் கொடியை நாட்டியவர். பசிபிக் கடலில் அமைந்துள்ள பாளினிசியன் தீவுகளில் உள்ள பூர்வ குடிமக்கள் இரும்புமீது காட்டிய மோகம் அவரால் இவ்வாறு விவரிக்கப் படுகிறது. "இரும்புமீது காட்டுமிராண்டி மக்களுக்கு வெட்கமறியா இச்சையும், இரும்பு என்றால் உயிரும் துரும்புக்குச் சமம் என்பதுபோலும் நடந்து கொண்டனர். கப்பலில் வந்து இறங்கிய தங்களுக்கு ஒரு பெரிய கொழுத்த பன்றியை இறைச்சிக்காக அளித்தனர். அதற்கு அவர்கள் கேட்ட விலை ஒரே ஒரு துருப் பிடித்த ஆணி மட்டும்தான். மற்றொரு சம்பவம் ஒன்றில் கூர் மங்கிய பிளேடு ஒன்றினை வேண்டி தங்கள் படகு மாலுமிகளுக்கு கூடை கூடையாக மீன்களை அளித்து உபசரித்தனர்."

கருமான் என்ற இரும்புப் பட்டறைக் கொல்லர் தொழில் எல்லா காலங்களிலும் மிக்க பீடுடைய தொழிலாக கருதப்

படுகிறது. 3000 ஆண்டுகளுக்கு முற்பட்ட கதையொன்று அதைக் கீழ்க்கண்டவாறு சொல்கிறது.

ஸாலமனின் செங்கோல் :

ஜெருசேலம் நகரில் அரசர் ஸாலமனுக்கு கோயில் எழுப்பப்பட்டது. கட்டடப் பணிகள் நிறைவு பெற்றவுடன் பிரம்மாண்டமாக அக்கோயிலைக் கட்டிய எல்லா தொழிலாளி களுக்கும் ராஜபோக விருந்து அளித்தார். பந்தியில் வந்த அமர்ந்த தொழிலாளர்கள் பதார்த்தங்களை கையில் எடுத்து வாயில் வைத்து ருசி பார்க்க இருந்த சமயம் அரசர் சாலமன் அவர்களை நோக்கி ஒரு கேள்வியைக் கேட்டார்.

இந்தக் கோயில் திருப்பணியில் இன்றியமையாத் தொழிலாளி யார்? இம்மகத்தான கோயிலுக்கு மாபெரும் பங்களிப்புச் செய்த தொழிலாளி யார்? சற்றும் தாமதமின்றி பந்தியில் இருந்து விருட்டென்று எழுந்த கொத்தனார் கூறிய தாவது: “அரசே, இத்திருக்கோயில் எங்கள் கரங்களால் படைக்கப்பட்டது. கொத்தனாராகிய நாங்கள் கல்மேல் கல் அடுக்கி இக்கோயிலை நிர்மாணம் செய்தோம். சுவர்கள், தோரண வாயில்கள், மாடங்கள் எல்லாம் எட்டு தலைமுறைக்கும் உறுதி யாக நிற்கும்வகையில் கட்டிய எங்கள் வேலைப்பாடுகளை பாருங்கள். அவை அரசர் ஸாலமனின் கீர்த்தியை நின்று பாடும்” என்றார்.

அடுத்து ஒரு தச்சர் குறுக்கிட்டுப் பேசலானார்: “கோயிலின் அடிப்படை அஸ்திவாரம் கல்லால் ஆனது என்பதை நான் ஏற்றுக் கொள் கிறேன். ஆனால் என் அன் பார்ந்த விருந்தாளிகளுக்கு ஒன்று கூற கடமைப்பட்டுள் ளேன். எங்கள் சக தச்சர்களின் நெற்றி வேர்வை நிலத்தில் சிந்த நாங்கள் ஒன்று கூடி உழைக்காவிட்டால் இத் திருக்கோயில் எப்படி இருந்

திருக்கும் என்பதை சற்றே சிந்தித்துப் பாருங்கள். நாற்புறம் மூளிச்சுவரைக் காண அரசரின் கண்கள் சகித்திடுமா? எங்களால் அச்சுவர்கள் உங்கள் கண்களுக்கு விருந்து படைக்கின்றன. தச்சர் சமூகமான நாங்கள்தான் இவ்வழகிய இடத்தின் பரிசுத்தமான படைப்பாளிகள் என்று ஞாய உணர்வுடன் கருதிக்கொள்ள தகுதி உடையவர்கள்” என்று இரைந்தார்.

அப்பொழுது ஒரு மண் வெட்டியாளர் தச்சரின் பேச்சுக்கு மறுப்புத் தெரிவித்து பேச ஆரம்பித்தார்: “அரசர் அவர்களே இவ்விஷயத்தின் ஆழத்தை தாங்கள் அறிய வேண்டும்.'' கொத்தனார் மற்றும் தச்சரை அரசருக்கு சுட்டிக்காட்டிய மண்வெட்டியாளர் சொன்னார்: “நாங்கள் மட்டும் ஆழமான அஸ்திவாரம் தோண்டியிருக்காவிட்டால் உங்கள் பிரம்மாண்டங் கள் அந்தரத்திலா நின்றிடும்? உங்கள் சுவரும் அதன் வேலைப் பாடுகளும் காற்றடித்தால் கவிழ்ந்து விழும். சீட்டுக்கட்டு மாளிகைக்கு நிகராகி இருக்கும், ஜாக்கிரதை!” என்றார்.

ஆனால் காரணமில்லாமல் அரசர் ஸாலமன் நீதிக்குப் பேர் போனவர் என்று காலம் பாராட்டவில்லை. சொடுக்குப் போட்டு கொத்தனாரை அழைத்த அரசர் ஸாலமன் அவரிடம் கேட்டார்: ‘உங்கள் தொழில் செய்ய உதவும் கருவிகளை செய்தது யார்?’ ‘என்ன சந்தேகம் அரசே அவற்றைக் கருமான்தான் செய்தார்’ என்று கொத்தனார் திகைப்புடன் பதில் அளித்தார்.

உமது கருவிகளைத் தயாரித்தது யார்? தச்சரை நோக்கி அரசர் ஸாலமன் கேட்டார். உடனடியாக தச்சர் பதிலளித்தார். ‘கருமான் தவிர அவற்றை செய்வார் யாருமில்லை’. அதையடுத்து மண் வெட்டியாளரை நோக்கி அரசர் ஸாலமன் வினா தொடுத்தார். ‘உமது கடப்பாரை, கோடாலி இவற்றை தயாரித்துக் கொடுத்தது யார்?’ மண்வெட்டியாளர் பதிலளித்தார், அரசர் அறியாமல் இருக்க வாய்ப்பில்லை. அவை எல்லாம் கருமானின் உலை ஈன்ற கருவிகள் அரசே என்றார்.

சிங்காதனத்தில் இருந்து எழுந்த அரசர் ஸாலமன் முகமெல்லாம் கரி அப்பி இருண்டுபோயிருந்த ஒரு எளிய நபரிடம் நெருங்கி வந்தார். அந்த எளிய நபர்தான் கருமான். அரசர் ஸாலமன் கருமானை அன்புடன் தனது அரியணை அருகில் அழைத்து வந்தார். கருமானை சுட்டிக்காட்டிய அரசர் சாலமன், ‘இவர்தான் இக்கோயிலின் முக்கியக் கர்த்தா’ என்றார்.

கருமானுக்கு தனது அரியணைக்கு நெருக்கமாக ஒரு இருக்கை அளித்து தெள்ளிய மதுவை ஒரு கோப்பையில் ஊற்றி அதை அருந்துமாறு கருமானை அரசர் ஸாலமன் உபசரித்தார்.

மேற்சொன்ன கதை உண்மையா அல்லது உடான்சா என்பதை நிரூபிக்க இயலாது. ஆனால் தொன்றுதொட்டு இரும்புக்கு மிகப்பெரிய வரவேற்பு ஜனங்களிடம் இருந்துள்ளது என்ற கருத்துக்கு இது வலு சேர்க்கின்றது.

அரிப்பற்ற இரும்பு :

இரும்புக்கு ஜென்ம விரோதி துரு. அப்படிப்பட்ட துரு அண்ட இயலாத இரும்புத் தூண் *1500* ஆண்டுகளுக்கு முன்பு இந்துஸ்தானத்தில் செய்யப்பட்டு வந்தது. *1600* ஆண்டுகளுக்கு முன்பு கோனார்க் என்ற சூரியன் கோயில் வங்கக்கரை ஓரம் கட்டப்பட்டது. ஒரு காலத்தில் அக்கோயில் இருந்த பகுதியை கடல் கொண்டது. சில காலம் கடலடியில் இருந்தாலும் அந்தக் கோயிலின் இரும்பு விதானங்கள் எந்தப் பாதிப்பும் இன்றி இருந்தது. இதிலிருந்து அன்றைய இந்தியர்களின் துரு கெட்ட இரும்பு தயாரிப்பு கலையை மேனாட்டு விஞ்ஞானிகள் வியக்கின்றனர்.

ஆவதும் அழிவதும் :

*19*ம் நூற்றாண்டு இறுதியில் *96%* இரும்பு நகரமயமாதல், வேளாண் தொழில் போன்றவைக்கு உபயோகிக்கப்பட்டது. ஆனால் இரும்பு படைத்தளிக்க மட்டும் உதவுவதில்லை படைத் தழிக்கவும் பயன்படுகிறது. குருதி தோய்ந்த போர்க்களத்துடன் இரும்பு கூட்டணி அமைத்துள்ளது. முதல் மற்றும் இரண்டாம் உலகப் போர்களில் இரும்பு குடித்த மனித உயிர்கள் எண்ணி லடங்காது.

அட்டாமியம் :

*1958*ம் ஆண்டு பெல்ஜியம் தலைநகர் ப்ரக்செல்ஸில் ஈடிணையில்லா அட்டாமியம் நிறுவப்பட்டது. இரும்புக்குள்ள மூலக்கூறு *165000* மடங்கு பெரிதுபடுத்தப்பட்டு அஃது காற்றில் மிதப்பது போன்று காட்சி பெற்றது. அட்டாமியம் இரும்புக் கிருக்கும் பெருமையின் பிரம்மாண்டம்.

❖

4. செம்பு

பழம்பெரும் 7 :

பொன், வெள்ளி, இரும்பு, தகரம், ஈயம் மற்றும் பாதரசம். செம்பு ஆகியவை பழம்பெரும் 7 பொருட்கள். கற்காலம் தொடங்கி இப்பொருட்கள் உடன் மனிதன் பூண்டுள்ள உறவு பல்லாண்டுகள் பழமையானது. கற்காலம் நிறைவடை கையில் செம்புடன் மனிதன் பழகத் தொடங்கினான். அதையடுத்து வெண்கல காலம் ஆரம்பித்தது.

வெண்கலத்தில் முகம் பார்க்கலாம் :

செம்பு வரலாற்றில் முக்கியமான திருப்பம் ஏற்பட்டது. எப்போதெனில் ஜிங்கு மற்றும் செம்பு கலந்து வெண்கலம் தோன்றியதில்தான் செம்புக் காலம் நிறைவடைந்து வெண்கலத்தின் காலத்துக்கு வழிவிட்டது. உலக நாகரிகம் செம்புக் காலத்தில் தழைத்தது. ஆனால், நெடுங்காலம் வெண்கலம் அழகு சாதனம் மற்றும் நகைகள் தயாரிக்க மட்டும் பயன்பட்டது. எகிப்து நாட்டைக் கொண்டவர்கள் பொது இடங்களில் பெண்கள் விரும்பும் வெண்கலமான கண்ணாடி என்று எழுதி விளம்பரம் செய்தனர்.

3-ஆவது இடம் :

உலகில் உற்பத்தியாகும் மற்றும் பயன்படும் பொருட்களில் செம்பு திடமாக 3ம் இடத்தைப் பெற்றுள்ளது. ஆதிகால குகை வாசிகளான நமது முன்னோரை எண்ணினால் செம்பு இன்றி அவர்கட்கு ஜீவனம் இல்லை என்று முடிவு செய்யலாம்.

அக்காலத்தில் செம்பு கொண்டுதான் ஆயுதங்கள், உழைக்கத் தேவையான உபகரணங்கள் மற்றும் பாத்திர பண்டங்களை வடிவமைத்தனர்.

வெற்றிக்கு வழி :

1700-1721 ஆண்டுகளில் இரஷிய-ஷெவிடிஷ் நாடுகளிடையில் போர் ஏற்பட்டது. இரஷியாவை ஆண்ட பேதுரு - 1 என்பவர் எல்லா தேவாலய வெண்கலமணிகளையும் பிடுங்கி எடுத்து துப்பாக்கி தயாரித்தார். இதன் காரணமாக ஆயுத பலத்தை அதிகம் பெற்றிருந்த இரஷியா அந்தப் போரில் வெற்றி பெற்றது.

மாற்றானுக்கு இடம் கொடேல் :

இரஷியாவில் (1918-1920) ஆண்டுகளில் சிவில்வார் உண்டானது. ஊர் ரெண்டுபட்டதால் தொழில்கள் பாதிப்படைந்தது. இதுதான் சந்தர்ப்பம் என்று எண்ணிய பிரித்தன் தேச தொழிலதிபர் இலச்சிலை என்பவர் செம்புச் சுரங்கம் தோண்ட தனக்கு உரிமை அளித்திட வேண்டினார்.

ஆனால் இரஷியாவின் தொழில்துறை தலைவர்கள் 'வெள்ளைக்காரன் இடம்கேட்டு மடம் பிடுங்குவான்' என்று உணரவே தங்களது பொருளாதாரத்தைக் காப்பாற்றிட தொழிலதிபர் இலச்சிலை அளித்த வேண்டுதலை புறக்கணித்தனர்.

சுறாக்கு ஆகாதே :

செம்பு உள்ள குளங்களில் வாழும் மீன்கள் நல்ல வளர்த்தியாக உள்ளதாக பாலாண்டு தேச அறிஞர்கள் கண்டறிந்து உள்ளனர். ஆனால் செம்புச்சத்து இல்லாத குளங்களில் மீனினத்துக்கு தீங்கு விளைவிக்கும் நுண்ணுயிர் பெருகி வருவதையும் நிரூபித்துள்ளனர்.

ஆனால் செம்பு விரும்பும் மீன்கள் போல் இல்லாமல் நீல

இராஜாங்கத்தில் வாழும் சுறாவினங்கள் போன்றவற்றால் இந்தப் பொருள் உள்ளதை தாங்கிக்கொள்ள இயலாது. தனிமையாக செம்பு என்று சொல்வதைவிட செம்புச் சற்பேத்தென்றால் துல்லியம் கூடும். இந்த சுறா எதிர்ப்பொருள் குறித்து இரண்டாம் உலகப்போர் சமயம் பல பரிசோதனைகள் நடத்தப்பட்டன. ஏனெனில் நீரடியில் வைக்கப்பட்ட கண்ணியால் கப்பலிழந்த நாவாய் படையினர் தப்பிப் பிழைக்கும் சமயம் சுறா வாயில் மாட்டுவதை தவிர்க்க அபயம் தேடினார்கள். எல்லாருடைய எதிர்பார்ப்பையும் விஞ்சி இந்தப் பரிசோதனை வெற்றி பெற்றது. செம்புச்சற்பேது இல்லாத தூண்டின்முள்ளை பேராசை யுடன் பிடுங்கி இரை தேடிய சுறாக்கள் அவற்றைக் கொண்டி ருந்த தூண்டின்முள்ளை தவிர்த்தன.

செம்பு இல்லாமல் தெம்பு இல்லை :

கடற்சிலந்தி, சங்கு போன்ற கடல்வாழ் பிராணிகளின் உடலில் செம்புச்சத்து அதிக அளவில் காணப்படுகிறது. விலங்குகள் மற்றும் மனிதனில் செம்புச்சத்து ஈரலில் குவிந் துள்ளது. நாளொன்றுக்கு மனிதனுக்கு 0.005 கிராம் செம்பு தேவைப்படுகிறது. செம்புச் சத்து அற்ற உணவு உட்கொள்ளப் பட்டால் இரத்த சோகை உண்டாகி பலஹீனம் தலை தூக்குகிறது. இதன் காரணமாகத்தான் செம்புக்கு மருந்துத் தன்மை உள்ளது என்று பலர் கருதுகிறார்கள். நெப்பாலிகள் செம்பு புனிதப் பொருள் என்றும் மனம் ஒருமுகப்பட, ஜீரணம் மேன்மையாக, குடற்பிணி நீங்க உதவும் பொருளாகவும் பயன்படுத்துகிறார்கள். நோயாளிகள் சிலர் செம்புக்காசுகள் போடப்பட்ட குவளையில் தண்ணீர் குடிக்கிறார்கள். நெப்பாலில் உள்ள மிகப்பெரிய அழகிய கோயில் செம்புக் கோயில் என்றழைக்கப்படுகிறது.

5. தகரம்

கேப்டன் ஸ்காட் :

1910ம் ஆண்டு மனிதனின் காலடிச் சுவடு அதுவரை பதிந்திடாத தென் துருவமான அண்டார்டிக் மையத்தில் முதலாவதாக பிரிட்டிஷ் கொடியான 'யூனியன் ஜேக்' பறக்க வேண்டும் என்ற லட்சிய தாகத்தில் கேப்டன் ஸ்காட் என்பவர் கடுமையான உறைபனியில் பயணம் மேற்கொண்டார். திரும்ப வரும்பொழுது பயன்படுத்த மண்ணெண்ணெய் மற்றும் உணவுகளை பத்திரமாக சிறு கூடாரங்கள் கட்டி வைத்துவிட்டு பயணத்தை தொடர்ந்தனர்.

இறுதியாக, 1912ம் ஆண்டு தங்கள் லட்சியப் பகுதிக்கு கேப்டன் ஸ்காட் தலைமையிலான குழு வந்தடைந்தது. ஆனால் அங்கே சென்ற நேரத்தில் முகத்திலறைந்தது போன்று ஒரு குறிப்பு தெளிவாயிற்று. அவர்களனைவரையும் முந்திக்கொண்டு நார்வெஜிய ஆராய்ச்சியாளர் அமுஸ்டென் ஒருமாத காலம் முன்பாகவே நார்வெஜியக் கொடியை நாட்டிவிட்டார் என்பதே அது!

ஆனால், கேப்டன் ஸ்காட்டுக்கு அதற்கும் மேலான துரதிர்ஷ்டம் காத்திருந்தது. வரும் வழியில் கடைசியாய் தாங்கள் அமைத்திருந்த கூடாரத்துள் இருந்த உணவு மற்றும் மண்ணெண்ணெய் டப்பாக்கள் காலியாய் இருக்கக் கண்டார். அடுத்த கூடாரத்திலும் அக்குழுவினருக்கு ஏமாற்றமே எஞ்சி இருந்தது. வறண்ட பனிக்காற்றான 'பிளிசர்ட்' அக்குழுவினரை வாட்டி வதைத்தது. கேப்டன் ஸ்காட் மற்றும் அவரது சகாக்கள் உறைபனியில் உயிர் இழந்தனர்.

மண்ணெண்ணெய் மறைந்துபோன காரணம் என்ன? மிகத் திட்டமிட்டு ஜாக்கிரதை உணர்வுடன் ஆரம்பமான பயணம்

அலங்கோலமானதற்கு யார் காரணம்? கேப்டன் ஸ்காட் எதன் பேரில் வைத்த நம்பிக்கை தகர்க்கப்பட்டுப் போனது? விடை எளிது. மண்ணெண்ணெய் டப்பாக்கள் தகரம் கொண்டு உருவாக்கப்பட்டிருந்தது. ஆராய்ச்சியாளர்கள் அறியாதது யாதெனின், உறைநிலை சீதோஷ்ணங்களில் திருவாளர் தகரம் அவர்கட்கு சளி பிடித்துக்கொள்ளும்! முதலில் அதன் மின்னும் பொலிவை இழக்கும் தகரம் படிப்படியாக பொடிப்பொடியாகி விடும். தகரம் கொண்டுள்ள இந்த வினோதத்தன்மையை அறியாத ஆராய்ச்சியாளர்கள் உணவும், உஷ்ணமும் இன்றி மடிந்தனர்.

தொற்று வியாதி :

மேற்சொன்ன சம்பவம் நடைபெறுவதற்கு முன்பாகவே தகரம் தகரும் என்ற விஞ்ஞான உண்மை உணரப்பட்டிருந்தது. இவற்றைத் தவிர மிக முக்கியமானதொரு செய்தியும் உண்டு. பாதிக்கப்பட்ட ஒரு தகரப் பொருளுக்கு நெருக்கமாக ஒரு நல்ல நிலையில் உள்ள தகரத்தாலான பொருள் வைக்கப்படின் விரைவில் நல்ல நிலையில் உள்ள தகரத்தாலான பொருளும் சாம்பல் படிந்தது போல நிறம் மாறி சீக்கிரம் பொடியாய் மறைந்து போய்விடும்.

19ம் நூற்றாண்டில் ஹாலாண்ட் தலைநகர் ஹெல்சின்கி யிலிருந்து புகைவண்டி ஒன்றில் தகரக்கட்டிகள் ரஷ்யாவுக்கு அனுப்பி வைக்கப்பட்டன. ரஷ்யா வந்தடைந்த புகைவண்டி யின் பெட்டி திறக்கப்பட்டபோது கட்டிகள் காலியாக நிறமற்ற பொடி அதனிடத்தை நிரப்பி இருந்தது அறியப்பட்டது. ரஷ்யா வின் கடுமையான பனிப்பொழிவு புரிந்த விகடவித்தைதான் அதன் காரணம்.

சீருடையின் அணிகலன் எங்கே? :

கடந்த 1800ம் நூற்றாண்டின் ஆரம்பத்தில் அதிர்ச்சியான சம்பவமொன்று பீட்டர்ஸ்பர்க் நகரில் நிகழ்ந்தது. அந்த நகரத்தில் இருந்த ராணுவப் பாசறை ஒன்றில் பேழையில் வைக்கப் பட்டிருந்த வீரர்களின் சீருடைக்கான பட்டன்கள் எல்லாம் ஒரு விதப் பொடியாய் மாறியிருப்பதைக் கண்டு அதன் பொறுப்பு அதிகாரி பேரதிர்ச்சி அடைந்தார். தன்மீது திருட்டுப் பட்டம் கட்டப்பட்டு எங்கே, தான் கட்டாய வேலை செய்ய முகாமுக்கு

அனுப்பப்படக்கூடுமோ என்று அஞ்சினார்.

ஆனால் வேதியியலாராய்ச்சிக் கூடத்தில் இருந்து அச்சம்பவம் குறித்து செய்யப்பட்ட ஆய்வறிக்கை ராணுவ தலைமையகத்தை வந்த டைந்ததால் தண்டனை இன்றி பொறுப்பு அதிகாரி தப்பினார். அந்த ஆய்வறிக்கை தெரிவித்தது யாதெனின், "தங்களால் பரிசோதனைக்கு அனுப்பப் பட்டிருந்த பொருள் ஐயப்பாடின்றி தகரம் என்று புலனாகி உள்ளது. 'தகர மரணம்' என்ற தன்னி கரில்லா வேதியல் விதியை ஆய்வு செய்து வருகிறோம்."

சூனியம் :

தகரம் பொடித்துப் போகக் காரணம் என்ன? இடைக் காலங்களில் தகரம் மடிந்து பொடியாவதற்கு சூனியக்காரக் கிழவிகள்தான் காரணம் என்று கிறிஸ்துவ தேவாலய திருச்சபை திடமாக நம்பியது. இதனடிப்படையில், ஏதுமறியா இளம் பெண்கள் பலர் பொது இடங்களில் கட்டி வைக்கப்பட்டு தீ வைத்துக் கொல்லப்பட்டனர். ஆனால் பொருளறிவு வளரத் தொடங்கியதும் சூனியவாதம் மறைந்து தெளிவு பிறந்தது. ஆயினும் தகரம் பொடித்துப் போவதை விஞ்ஞானபூர்வமாக விளக்க எவருமில்லை.

தெள்ளத் தெளிவானது :

X-கதிர் துணையுடன் பொருட்களின் மூலக்கூறு வடிவமைப்பு குறித்து விஞ்ஞானிகள் ஆராய்ச்சி மேற்கொண்ட காரணத்தினால்தான் சூனியக்காரி பட்டம் பெற்ற எல்லா பெண்களும் அபாயம் இன்றி பிழைத்தனர். விஞ்ஞானம் அளித்த புதிய விளக்கம் பல்வேறு சந்தர்ப்பங்களில் பல்வேறு மூலக்கூறு வடிவமைப்புடன் தகரம் உள்ளது என்பதாகும். சாதாரண மற்றும் உயர் வெப்பங்களில் வெள்ளைத் தகரமாக உலோகப் பொருள் அமைந்திருக்கின்றது. வெப்பமானது 13டிகிரி செல்சியஸ்க்கு

குறைவாக ஆகும் சமயம் தகரமுடைய மூலக்கூறுகள் மாறுபட்ட வடிவமைப்பைப் பெறுகின்றன. ஆகையால் அதன் அணுக்களிடையே உள்ள இடைவெளி அதிகரிக்கின்றது. இதனால் புதிய மாற்றம், நிறமற்ற தகரம் உருவாகிறது. தகரமுடைய மூலக்கூறுகளுள் ஏற்படும் அழுத்தம் காரணமாக அது விரிசல் கண்டு பயனின்றிப் போய் விடுகிறது. இவ்வாறு தகரம் அதிவிரைவில் பொடியாய் போவது மைனஸ் 33டிகிரி செல்சியஸ் என்றும் நிரூபிக்கப்பட்டது. இதைவைத்து உறைபனியில் தகர டப்பா என்ன ஆகும் என்பதை ஒருவர் எளிதாய் கற்பனையில் கண்டிடலாம்.

தடுப்பூசி தரும் நலம் :

'தகரம் மரணம்' எய்தாமல் இருக்க அதற்கு தடுப்பு ஊசி போடும் கலையை விஞ்ஞானிகள் கற்றுக் கொண்டு கடமை ஆற்றத் தொடங்கியுள்ளனர். அதனடிப்படையில் பிஸ்மத் என்ற பொருளை தகரமுள் ஊசி மருந்துபோல ஒரு தடவை செலுத்தி விட்டால் போதும், அப்பொருள் தகரமுடைய அணு அமைப்பில் சுழன்றுகொண்டிருக்கும் எலெக்ட்ரான்களை கூட்டி அதன் வடிவமைப்பை வலிமையும் வளமையும் உடையதாய் மாற்றுகிறது. இதனால் நிலையற்றபொருளாய் இயற்கையாக உள்ள தகரம் நீடித்துழைக்கும் பொருளாக ஆகின்றது. அப்படிப்பட்ட தகரமானது, 'சளித்தொந்தரவு, குளிர்க்காய்ச்சல்' போன்ற உபாதைகளில் இருந்து விடுதலைபெற்றுத் திகழ்கிறது.

இளிவரல் :

சுத்தமான தகரம் அசாத்தியமான குணமொன்றை உடையது. தகரக் கட்டிகள் அல்லது தகடுகள் வளைக்கப்படும் சமயம் அவை அவற்றுக்கே உரித்தான விரிசலிடும் இரைச்சல் அல்லது இளி ஒலியை வெளிப்படுத்துகின்றன. தகரமின் மூலக்கூறுகளிடையே உண்டாகும் மாற்றத்தால் இந்த ஒலி உண்டாகிறது. ஆனால் பிற பொருட்களுடன் கூட்டணி அமைக்கும் பொழுது தகரம் நா காக்கிறது.

தரம் :

உலகெங்கும் உற்பத்தியாகும் தகரத்தில் பாதி அளவு தகடுகள் செய்ய உபயோகப்படுகிறது. அவற்றில் இருந்து

தகரத்தாலான பண்ட பாத்திரங்கள் தயாரிக்கப்படுகிறது. அவற்றில் தகரம் கொண்டுள்ள அருங்குணங்கள் வெளிப்படை ஆகின்றது. காற்றில் உள்ள பிராண வாயு, நீர் போன்றவை தகரத்தை மாற்றம் செய்ய இயலாது. உயிரி அமிலங்களாலும், தகரம் பாதிப்படையாது. தகரத்தால் விளையும் உப்புக்கள் மனித உயிருக்கு முற்றிலும் தீங்கற்றவை. ஆகையால் இத்துறையில் தகரத்தின் ஈடாக எப்பொருளும் இல்லை. இதன் நற்குணம் அறியப்பட்டதால் தான் தகரடப்பா என்ற சொல் மலிந்து பேசப்படுகிறது. ஒரு சிறு தகரம் பூசப்பெற்ற கொள்கலன்மூலம் பல்லாயிரம் எடை கொண்ட இறைச்சி, மீன், கனி, மரக்கறி போன்றவை கெட்ட அழுகி விடாமல் காப்பாற்றப்படுகிறது.

புகைத்திரை :

உபயோகத்துக்குப் பின்னர் தகரத்தாலான பொருட்கள் வீண் ஆவது இல்லை. மின்வேதி பரிமாற்றத் தொழில் நுணுக்கம் வாயிலாக தூய்மையான தகரம் எளிதாக உருவாக்கப்படுகிறது.

தகரம் 231.9டிகிரி செல்சியஸில் இளகத் தொடங்குகிறது. இதனால் மின்னணு சாதனங்களில் இணைப்புகள் ஏற்படுத்திட தகரம் பயன்படுத்தப்படுகிறது. தகரம் கலந்த பொருட்கள் மின்சார ஃப்யூஸ் தயாரிப்பில் சகஜமாக உபயோகமாகிறது. வர்ணங்கள் மற்றும் சாயப்பொருட்கள் தயாரித்திட தகரம் பூரண ஒத்துழைப்புத் தருகிறது. குறிப்பாக, ராணுவ ஒத்திகை நடவடிக்கைகளில் புகைத்திரை உருவாக்கி எதிரியை தற்காலிகமாய் குருடாக்க 'ஸ்டானிக் ஆக்ஸைட்' சிறப்பாக பயன்படுத்தப்படுகிறது.

கடினம் :

மனிதன் எக்காலம் தொட்டு தகரம் கொண்டு பொருட்கள் செய்ய ஆரம்பித்தான் என்று யூகிப்பது கடினமானது. வரலாற்றுக் காலத்துக்கு முன்பாகவே செம்பு (வெண்கலம்) கலந்த பொருட்கள் செய்யப்பட்டு வந்தன. வெண்கலத்தால் உரு வாக்கப்பட்ட ஆயுதங்கள், செம்பு கொண்டு உருவாக்கப்பட்ட ஆயுதங்களைவிட கடுமையாக உழைத்தன. இதனால் லத்தின் பாஷையில் 'STANNUM' என்ற பதத்தை தகரம் பெற்றது வடசொல்லான கடிது என்பதில் இருந்து உருவானது. எனினும் பரிசுத்த தகரம் மென்மையான பொருள் என்பதால் பேருக்கு நீதி செய்ய அதனிடம் எக்காரணமும் இல்லை. இந்த முரண்பாடு களிடையில் உள்ள ஒற்றுமையை காலம் மெய்ப்பித்து உள்ளதால் பொருள் வடிவமைப்பாளர்கள் எளிதில் வளைந்து கொடுக்கக் கூடியதுதானே தகரம் என்றெண்ணி அதன் கடினத்தை உணர்வதில்லை!

ஆங்கில மன்னர் :

847 ஆண்டுகளுக்கு முன்பு தண்டனை பெற்ற 94 பிரிட்டிஷ் நாணய சாலைப் பணியாளர்களுக்கு 1971ம் ஆண்டு மரணத்துக்குப் பிந்தைய மறுவாழ்வு அளிக்கப்பட்டது. 1124ம் ஆண்டு இங்கிலாண்டை ஆண்ட மன்னர் ஹென்றி I அவர் களிடம் அரசு அச்சு செய்யும் வெள்ளிக் காசுகளில் தகரம் மிகுத்து இருப்பதாக யாரோ வத்தி வைத்துவிட்டார்கள். உடன் அவசரமாக நீதி விசாரணை மேற்கொள்ளப்பட்டு நடுங்கும் படியான தீர்ப்பு கூறப்பட்டது. அதையடுத்து, ராயலரசு சேவகர் கள் குற்றவாளிகளின் வலது கரத்தை துண்டித்து தண்டனை நிறைவேற்றம் செய்தனர். எட்டு நூற்றாண்டுகள் உருண்டோடி விட்ட பின்னர் அந்தப் பாழும் காசுகளை X-கதிர் மூலம் சோதித்த விஞ்ஞானிகள் அவற்றில் மிகக் குறைந்த அளவு தகரம் மட்டுமே இருந்ததை கண்டறிந்தனர். அதனால் மன்னர் அளித்த தீர்ப்பு திருத்தப்பட்டது.

பாலிஷ் தேவை இல்லை :

சில ஆண்டுகளுக்கு முன்பு அமெரிக்காவின் ஃபோர்டு மோட்டார் தொழிற்சாலை 2½ மீட்டர் அகலம் கொண்ட

வாகன கண்ணாடித் தயாரிப்பு இடைவிடாமல் உற்பத்தியாக தொழிற்சாலை ஒன்றைக் கட்டியது. உருக்கப்பட்ட கண்ணாடி யானது 53 மீட்டர் நீளம் கொண்ட வார்ப்படம் மீது ஊற்றப் படுகின்றது, அதிலுள்ள உருக்கப்பட்ட தகரம் மீது கண்ணாடி பரவுகிறது. உருக்கப்பட்ட தகரம் பிசிறில்லா தெளிவான பரப்பை உட்கொண்டிருப்பதால் அதன்மீது ஊற்றப்பட்ட கொதிக்கும் கண்ணாடி திரவமும் குளிர்ந்து திடமாகும்பொழுது அப்பழுக்கற்ற மரு இல்லாப் பொருள் ஆகிறது. அதன் காரணமாக அந்தக் கண்ணாடிக்கு மெருகு (பாலிஷ்) அவசியம் இல்லை.

புதிய கண்ணாடி :

ஒரு புதிய கண்ணாடி உண்மையில், சூரியனுக்கு ஒரு சிக்குப் பொறி போன்ற கருவியானது ரஷ்யாவில் உருவாக்கப் பட்டுள்ளது. சாதாரண கண்ணாடிகளைவிட இது வித்தியாச மானது. ஏனெனில் இதனை மிக மெல்லிய ஸ்டானிக் ஆக்ஸைட் படலம் மூடியுள்ளது. கண்ணுக்குப் புலப்படாத இப்படலம் சூரியக் கதிர்களை எளிதாக கதிரவனின் ஒளியை தன்னுள் ஊடுருவ அனுமதிக்கின்றது. ஆனால் அந்த வெப்பக்கதிர் மீண்டும் வெளி செல்லாதபடி அடக்கிவிடுகிறது. காய்கறித் தோட்ட விவசாயிகட்கு இப்புதிய கண்ணாடித் தொழில்நுட்பம் கடவுள் தந்த வரப்பிரசாதமாகும். காலைப் பொழுதில் சூடேற்றப்பட்ட ஒரு வெப்பவீடு மாலைப்பொழுதிலும் அதனுள் வெப்பத்தை தக்கவைத்துக் கொண்டிருக்கும். ஆனால் சாதாரண கண்ணாடி யானது பொழுது விடியுமுன் தான் கொண்டிருந்த வெப்பக் காலறி எல்லாவற்றையும் விரயமாக வெளியேற்றி இருக்கும். இத்தகைய புதிய வெப்பவீடுகளில் வளரும் நாற்றங்கால் ஆனது புறத்தே உறைநிலையான பூஜ்ஜியத்துக்கு கீழே பத்துப் புள்ளி வெப்பம் குறைந்தாலும் வாடுவதில்லை. ஒளி ஆற்றலை வெப்பம் உண்டாக்க பிரயோகம் செய்யும் பல்வேறு சூரிய சூடேற்றிக் கருவிகளில் தகர முலாம் பூசிய கண்ணாடி செம்மையானதாக இருக்கும்.

இரண்டாம் உலகப்போர், தகரம் பற்றிய நமது அத்தியாயத்தை துப்பு அறிவதற்கு நிகரான சுபம் என்ற மகிழ்ச்சியான முடிவடைய உண்மை சம்பவம் உடன் நிறைவு செய்கிறோம்.

இரண்டாம் உலகப்போர் நிறைவடையும் தறுவாய்க்கு வந்துவிட்டது. ஹிட்லர் ஆதரவு பெற்று 1939ம் ஆண்டு முதல் சுதந்திர ஸ்லோவேக்கியா நாட்டை ஆண்டுகொண்டிருந்த ஆட்சியாளர்கள் தங்கள் வருங்காலம் பிரகாசமாய் இல்லை என்று உணர்ந்து அந்த நாட்டு மக்களுக்கு உரிமையான பொன் அனைத்தையும் கவர்ந்து தங்களுக்கு பாதுகாப்பு அரண் அமைத்திட உறுதி பூண்டனர். ஆட்சியாளர்களின் சதித் திட்டத்தை முறியடிக்க முக்கியப் பொறுப்புகள் வகித்த வங்கி அதிகாரிகள் குழு தீர்மானம் செய்தது. அதன்படி அந்த நாட்டில் இருந்து கொஞ்சம் பொன்னை எடுத்து ஸ்விஸ் வங்கியில் செக்கோஸ்லாவாக்கிய குடியரசு, பொன் என்று போரிட்டு ரகசியமாக இடம் மாற்றி வைத்தனர். மீதம் இருந்த பொன் பிராட்டிஸ்லாவா வங்கியின் பாதுகாப்புக்கு உட்பட்டு இருந்தது.

எனினும் ஹிட்லர் ஆதரவு பெற்ற லோவேக்கியத் தலைவர் ஒருவர் யாரும் அறியாமல் வங்கியில் பொன் உள்ளது என்றும் 'இராணுவ நடவடிக்கை' மூலம் அதை மீட்டிட வேண்டும் என எதிரிக்கு தகவல் அனுப்பிவிட்டார். இதையடுத்து ஹிட்லரின் எஸ்.எஸ்.படையினர் வங்கியை சுற்றி வளைத்து துப்பாக்கி முனையில் எல்லா பொன்னையும் ஒப்படைத்துவிட உத்தரவு போட்டனர். சில நிமிடங்களில் வங்கியில் இருந்த பொற் பாளங்கள் எஸ்.எஸ். கவச வாகனங்களுக்குள் இடம் மாறியது. ஏகப்பட்ட பொற்பாளங்கள் கிட்டிய மகிழ்ச்சியில் திருட்டு எஸ்.எஸ். படையினர் குத்தாட்டம் போட்டு குஷியானார்கள். பாவம்! அவர்கள் தாங்கள் எடுத்துச் சென்றது அரசு நாணய சாலை தருவித்த பொன்முலாம் பூசப்பட்ட தகரக் கட்டிகள்தான்! இதை என்பதை ஊர்ஜிதம் செய்துகொண்டு அரசு வங்கி அதிகாரிகள் ஹிட்லரின் படை தங்கள் நாட்டை விட்டு ஒழியும் நன்னாளுக்காக வேண்டி ஆவலுடன் காத்துக் கொண்டிருந்தனர்.

❖

6. ஈயம்

வாத்து கத்திக் காத்தது :

'குவா, குவா' என்று கத்திய வாத்து பண்டைய காலத்தில் ரோம் நகரினை காக்க எச்சரிக்கை ஒலி எழுப்பிய கதை உண்டு. கிரேக்க நாட்டுப் படையினர் ரோம் நகருள் ஆயுதம் தாங்கி அணி வகுத்து வரும் வேளையில் இரு செவி ஜவ்வுகளும் கிழிந்திட 'குவா, குவா' என்றொரு வாத்து கத்தியது. விழிப்புற்ற ரோம நாட்டவர்கள் உஷாராகி ஆபத்து இன்றி பிழைத்தனர். எனினும் ஏதோ ஒரு பொருளால் ரோமராஜ்யம் அழிய விதி சதி செய்தது. அது ஈயம்!

ஈயம் விளைத்த ஈமம் :

பழங்காலத்தில் ரோம் நாட்டு மேற்குடி வர்க்கம் ஈயம் கொண்டு வார்க்கப்பட்ட பண்ட பாத்திரங்களையும், அழகு சாதனப் பொருட்களையும் கையாண்டதால் ஈயத்தின் நஞ்சுத் தாக்கி பூண்டோடு அழிந்தனர் என அமெரிக்க நாட்டு நஞ்சுவிய லாள விஞ்ஞானிகள் கருத்தொற்றுமை உள்ள முடிவு கண்டுள்ளனர்.

கொஞ்சம், கொஞ்சமாக ஈயம் கலந்த நஞ்சு உணவுக் குழாய்க்குள் சென்றதால் ரோம் நாட்டு மேற்குடி வர்க்கப் பிரமுகரின் ஆயுள் காலம் 25 ஆண்டுகளுக்கு மிகாமல் நிறைவு பெற்றது. ஏனெனில் அந்த காலத்தில் ஈயத்தால் செய்யப்பட்ட பாத்திர பண்டங்கள் விலை

மதிப்பு மிக்கதாக விளங்கின. ஆனால் ஏழை எளிய ரோமாபுரிக் குடிகளும் ரோம நாட்டு அடிமை வர்க்கம் உருவாக்கிய ஈயத்தால் தயாரிக்கப்பட்ட பொது குடிநீர்க் குழாயின் தண்ணீரைக் குடித்து அழிந்தனர். ரோம மக்கள் அழிந்ததையடுத்து ரோம சாம்ராஜ்ஜியமும் சரிந்தது. அகழ்வாராய்ச்சியில் கண்டெடுக்கப் பட்ட ரோம மக்களின் எஞ்சிய உடைமைகளில் பெருமளவில் ஈயம் தென்பட்டது.

ஈயம் உடன் கலந்து உருவாகும் எல்லாப் பொருட்களும் நஞ்சு உடையவை. சிறு அளவில் ஈயம் மனித உடலுள் சென்றா லும் அதன் காரணமாக எலும்புக்கு பலம் அளிக்கும் சுண் ணாம்புச் சத்து முழுவதையும் அகற்றி விடுகிறது. அதனிடத்தை நிரப்பும் ஈயம் தீரா வியாதியை ஏற்படுத்துகிறது.

உலகு எலாம் சித்திரவதை :

பண்டைய ரோம சாம்ராஜ்ய வீழ்ச்சிக்கு காரணம் ஈயம் புரியாமல் புரிந்த குற்றம் மட்டுமல்ல. அரசியல், பொருளாதார, சமூக இடர்பாடுகளும் ரோம் அரசு சரியக் காரணமாய் அமைந் தது. ஆவேசமான நீதி விசாரணைகளில் ரோம கத்தோலிக்க கிறிஸ்துவ ஊழியர்களான ஜெசூட் என்போர் ஈயத்தினை தீயிலிட்டு திரவமாக்கி தண்டித்தனர்.

நமது பாரத தேசத்தில் பண்டைய ரோமாபுரிக்கு எள் அளவும் குறைவு இன்றி ஈயம் கொண்டு நீதி பரிபாலனம் செய்யப்பட்டு வருகிறது (வெட்கக் கேடு). கடந்த நூற்றாண்டில் தலித் ஒருவர் பிராமணர்கள் வேதம் ஓதிக் கொண்டிருந்த மண்படத்துக்குள் அறியாமல் காலடி எடுத்து வைத்துவிட்டார். தீட்டு என்று அந்த நபரை குற்றம்சாட்டிய பிராமணர்கள் அவரைப் பற்றி இழுத்து வேதம் கேட்ட அவரது செவிகள் இரண்டிலும் அழலெனக் கொதிக்கும் திரவ ஈயத்தை ஊற்றி சித்திரவதை புரிந்து தண்டனை அளித்தனர்.

கதறக்கதற கதறக்கதற :

இத்தாலி நாட்டில் உள்ள வெனிஸ் நகரில் பழங்கால சிறைச்சாலை ஒன்று நினைவுச் சின்னமாக காட்சி அளிக்கிறது. அக்காலத்தில் மிக அபாயகரமான குற்றவாளிகள் இச்சிறையில் அடைக்கப்பட்டிருந்தனர். அவர்கள் சிறை வைக்கப்பட்டிருந்த

கொட்டடியின் மேற்கூரை ஈயம் கொண்டு வேயப்பட்டிருந்தது. இதன் காரணமாக கோடையில் வெளியில் இருந்ததைவிட அதிகமான வெப்பத்தை உள்ளே இருந்த சிறைவாசிகள் அனுபவித்தனர். அதேபோல் குளிர்காலத்தில் வெளியில் உள்ளதைக் காட்டிலும் கடுங்குளிர் உள்ளிருந்த சிறைவாசிகளை வாட்டி எடுத்தது. இவ்வேதனை தாங்காமல் சிறைவாசிகள் செய்யும் அலறலும் கதறலும் அதனருகில் உள்ள மாளிகைகளில் எதிரொலித்தன.

துப்பாக்கிக் கலாச்சாரத்தில் :

துப்பாக்கி கொண்டு மனித இனம் போர் புரிய ஆரம்பித்த காலம்தொட்டு ஈயம் துப்பாக்கி ரவைகளில் பயன்படுத்தப்பட்டு வருகிறது. துப்பாக்கி சண்டைகளில் ஒருவரை ஒருவர் கணக்கு தீர்த்திட ஈயம் நிகரிலா பொருளாக விளங்குகிறது. ஈயத்தின் இருப்பளவு கொண்டுதான் பெரும்பாலான போர்களில் வெற்றி தோல்வி நிர்ணயம் செய்யப்படுகிறது.

தீர்த்துக் கட்டப்பட வேண்டிய பொருள் :

ஆபத்து தவிர வேறெதுவும் ஈயம் கொண்டு உருவாக்க முடியாது என்ற வாதம் நிஜமாகி வருகிறது. மானுட குலம் தழைக்க இவ்வஞ்சனை மிக்க பொருள் அழிய வேண்டும் என்பதில் இருவித கருத்துக்கு இடமில்லை. ஆனால் ஈயத்தை ஒழித்துக்கட்டுவதற்குப் பதிலாக அதன் உற்பத்தியை மானுட குலம் பெருக்கி வருவது வருத்தமளிக்கும் உண்மை ஆகும்.

ஈயத்தின் மறுபக்கம் - ஈயத்துக்கு நற்குணம் ஏதாவது உண்டா? :

சுதந்திரம் மற்றும் தன்னாட்சிகோரி போர்புரியும் பல தேசங்கள் தங்கள் போருக்கு ஈயத்தின் துணையை நாடுகின்றன. தங்கள் நாட்டு எல்லையுள் மாற்றார் நுழையக் கூடாது, முடியாது என்பதில் தன்னம்பிக்கையுடன் இருக்க மன உறுதி மட்டும் போதாது, ஈயமும் வேண்டும். ஈயமுடைய ராணுவ முக்கியத்துவம் மிகப் பெரிதாகும்.

கடந்த நூற்றாண்டின் துவக்கத்தில் முதல் உலகப் போர் மூண்டது உடன் ஈயமுயற்சியும் கணிசமான அளவு பெருகியது. தொழில்நுட்பத்தின் அதிவேக முன்னேற்றம் காரணமாக மோட்டார் வாகனங்கள், நீர்மூழ்கிக் கப்பல்கள், போர்

விமானங்கள் பெருகியது. வேதியல் மற்றும் மின்பொறியியலில் ஈயத்தின் பங்கு அதிகரித்தது.

மின்னாற்றல் அளித்திடும் மின்கலங்கள் தயாரிக்கும் தொழிலில் உலகில் உற்பத்தி செய்யப்படும் ஈயத்தில் 3ல் 1 பங்கு செலவிடப்படுகிறது. எரிபொருள் மற்றும் மின்பொறியியல் ஆகியவற்றில் ஈயம் பயன்படுத்தப்படுகிறது. அபாயகரமான அமிலங்கள் வெளியேறி விடாமல் தடுத்திட அவை சேமிக்கப் படும் கலன்களின் உட்சுவர் ஈயம் கொண்டு பூசப்படுகிறது. தட்டச்சு இயந்திரங்களிலும் ஈயம் பயன்படுத்தப்படுகிறது.

கண்ணாடி மற்றும் பீங்கான் பொருட்கள் தயாரிப்பில் ஈயம் அத்தியாவசியமான தயாரிப்பு பொருளாகும். வார்னிஷ் மற்றும் வண்ணங்கள் தயாரிப்பில் பழங்காலம் முதற்கொண்டு ஈயம் பயன்பட்டு வருகிறது.

வெள்ளை ஈயம் :

3000 ஆண்டுகளுக்கு முன்புகூட வெள்ளை ஈயம் தயாரிக்கும் முறையை மக்கள் அறிந்திருந்தனர். வெள்ளை ஈயம் ஏற்றுமதி செய்வதில் கிரேக்க நாட்டுக்கு தென்திசையில் உள்ள ரோட்ஸ் தீவு முன்னணி வகித்தது. வெள்ளை ஈயம் தயாரிக்கும் முறை நவீனமானது அல்ல, ஆனால் நம்பகமானது. முதலாவதாக ஒரு தாவரத்தின் தழை அல்லது கிளை மீது வினிகர் (ஊறல்) ஊற்றப்பட்டது. பிறகு அதன்மீது ஈயத்தின் துகள்கள் போடப் பட்டது. அடுத்து அவை காற்றுப்புகாத ஜாடி ஒன்றில் அடைத்து வைக்கப்பட்டது. சிறிதுநேரம் கழிந்தபின்னர் அந்த ஜாடி திறக்கப்படும் வேளையில் ஒரு வெள்ளைப்படலம் ஈயம்மீது தோன்றி இருக்கும். சுரண்டி எடுக்கப்படும் அவ்வெள்ளை நிறப் படலம் மூட்டை கட்டப்பட்டு பிற நாடுகளுக்கு ஏற்றுமதி செய்யப்படும்.

சிவப்பு ஈயம் :

மேற்சொன்னவாறு தயாரிக்கப்பட்ட வெள்ளை ஈயச் சரக்குடன் ஏற்றுமதிக்கு புறப்படத் தயாராய் கிரேக்க நாட்டு நகரான ஏதென்ஸில் நங்கூரம் பாய்ச்சி நிறுத்தப்பட்டிருந்த பாய்மரக் கப்பல் ஒன்றில் அந்நாளில் எதிர்பாராவிதமாக தீ விபத்து ஏற்பட்டது. ஓவியர் நிகியஸ் என்பவர் அத்தருணம் அக்கப்பல்

அருகாமையில் இருந்தார். பூச்சுவேலைக்கு பயன்படும் வண்ணங்கள் விலை உயர்ந்தவையாக அக்காலத்தில் திகழ்ந்தமை யால் சில பெட்டிகள் அல்லது ஒரு பெட்டி வெண் ஈயமாவது மீட்கப்பட வேண்டும் என்று எரியும் பாய்மரக் கப்பலுக்குள் நுழைந்தார். ஆனால் அவர் அதிசயப்படும்படி தீயினால் சுடப்பட்ட அப்பெட்டிகளுள் வெள்ளை ஈயம் காணப்பட வில்லை. பளிச்சிடும் சிவப்பு நிறமுள்ள பொருளைக் கண்டார். அதை எடுத்துக் கொண்டு தன் ஓவியக் கூடத்துக்கு விரைந்தார். தான் கண்டெடுத்தது அற்புதமான சிவப்பு வருணம் என வியந்தார். பிற்காலங்களில் அது "செவந்தீயம்" என்று அழைக்கப் பட்டது. தொழில்முறையில் வெள்ளை ஈயம் வறுத்து எடுக்கப் பட்டு சிவப்பு ஈயம் தயார் செய்யப்பட்டது.

அளவுக்கு மிஞ்சினால் :

தற்காலத்தில் ஈயம் மற்றும் ஈயம் கலந்த பொருட்களுடன் தொழிற்சாலைகளில் பணியாற்றும் தொழிலாளர் நலன் கருதி பாதுகாப்பு நடவடிக்கைகள் மேற்கொள்ளப்பட்டு வருகின்றது. துப்புரவாளர்கள் மற்றும் தொழிலாளர் பாதுகாப்பு பொறியாளர் கள் காற்றில் உள்ள ஈயம் அளவு 0.00001 மி.கி./லிட்டர் என்ப தற்கு மிகாதபடி கண்காணித்து வருகின்றனர். அச்சுத் தொழில் மற்றும் ஈயமுருக்காலைகளில் பணியாற்றி வந்த தொழிலாளர் களுக்கு க்ஷயரோகம் போன்றவை தொழில் சார்ந்த வியாதியாக கருதப்பட்டு வந்தது. ஆனால் அந்த அவல நிலை இன்றில்லை. மேம்படுத்தப்பட்ட உற்பத்தி தொழில்நுட்பம் போதுமான காற்றோட்டத்தை உறுதிசெய்யும் தொழிற்கூடங்கள், மாசு

அகற்றல் ஆகியவை காரணமாக ஈயம் உண்டாக்கும் நஞ்சான விளைவுகளுக்கு இறுதி கண்டுவிட்டன என்றே கூறலாம்.

கவசம் :

அணு உலைகளில் இருந்து கதிர் வீச்சு கசிவைத் தடுக்க ஈயம் நிகரற்ற கவசமாய் திகழ்கிறது. அணு உலைகளில் பணியாற்றும் தொழிலாளர்கள் அணியும் ரப்பராலான கையுறை ஈயம் கலந்து தயார் செய்யப்படுகிறது. சாதாரண கையுறைகளைவிட கனம் மிகுந்த அக்கையுறைகள் கதிர்வீச்சு புகாத கவச உறைகள் என்றால் மிகையல்ல.

கண்ணாடியால் ஆன கண்காணிப்பு சாதனங்கள் அணு உலைகளில் பயன்படுத்தப்படுகின்றது. அந்தக் கண்ணாடிகள் சாதாரணக் கண்ணாடியில் இருந்து வேறுபட்டவை. பிரத்யேக மாகத் தயாரிக்கப்படும் அக்கண்ணாடிகளில் ஈயம் கலந்த வாயு கலக்கப்பட்டு நிறைவான பாதுகாப்புக்கு உத்தரவாதம் அளிக்கின்றது.

ருமேனியாவில் உள்ள புக்கரஸ்ட் நகரில் அணு உலை ஒன்றில் கண்காணிக்க ஏதுவாக ஈயக் கண்ணாடி பொருத்தப் பட்டுள்ளது. அந்த இராட்சத ஈயக் கண்ணாடி 1 மீட்டர் அடர்த்தியும், 1.5 டன்கள் எடையும் உடையது.

புழம்பொருள் :

உலகத்தில் ஈயம் பெருமளவில் காணப்படவில்லை. இரும்பு போன்ற பொருட்களுடன் ஒப்பிடும்போது பல்லாயிரம் மடங்கு குறைவாகத்தான் ஈயம் காணப்படுகிறது. எல்லா

வற்றுக்கும் மேலாக மனிதன் ஈயமுடன் கொண்டுள்ள உறவு மிகவும் தொன்மையானது. ஈயத்தால் உருவாக்கப்பட்ட பொருட்கள் ஏறத்தாழ கி.மு. 7000-5000 ஆண்டுகள் பழமை வாய்ந்தவை என்று கணக்கிடப்பட்டுள்ளது. மற்ற பொருட்கள் போலின்றி ஈயத்தின் உருகுநிலை மிகக் குறைவானது. வெறும் 327டிகிரி செல்சியஸில் ஈயம் உருகத் தொடங்கி விடுகிறது. புவியில் ஈயம் நிலையற்ற வேதிப்பொருட்களுடன் கலந்து காணப்படுகிறது. இதன் காரணமாகத்தான் சில நேரங்களில் ஈயம் சந்தர்ப்ப வசத்தால் கண்டறியப்படுகிறது.

தீப்பிரித்த ஈயம் :

அப்படி ஒரு சந்தர்ப்பத்தினால் வளமிக்க ஈயக்குவியல்கள் காட்டுத்தீ ஏற்பட்டு அமெரிக்க நாட்டில் கண்டறியப்பட்டது சமீபத்தில் பதிவாகியுள்ளது. தீக்கிரையான காட்டில் சாம்பற் பரப்பின் கீழ் மண் அடியிலிருந்த ஈயம் வெப்பம் காரணமாக பொங்கி மேலெழுந்து விட்டது. நமது முன்னோர்கள் கரங்களில் முதலில் ஈயம் கிடைத்தமைக்கும் அப்படி ஒரு சந்தர்ப்ப சூழ்நிலை காரணமாய் அமைந்திருக்கக் கூடும்.

பண்டைய எகிப்து நாட்டில் இருந்து கொண்டு வரப்பட்ட ஈயக்கட்டிகள் பிரிட்டிஷ் அருங்காட்சியகத்தில் பார்வை யாளர்கள் காணும்வகையில் பாதுகாத்து வைக்கப்பட்டுள்ளது. அதேபோல ஸ்பெயின் நாட்டில் கிறிஸ்து பிறப்புக்கு 3 நூற்றாண்டுகள் பழமையான ஈயம் அருங்காட்சிப் பொருளாக வைக்கப்பட்டுள்ளது.

பாறை உருவான காலமறிய உதவும் ஈயம் :

கற்பாறைகள் மற்றும் அகழ்வாராய்ச்சிப் பொருட்கள் எந்த ஆண்டில் உருவானது என்பதை அறிந்திடும் பணியில் ஈயம் முக்கியமானதொரு பாத்திரத்தை வகிக்கின்றது. பொதுவாகவே பாறைகள் மற்றும் வளப்பமான கற்கள் சிறு அளவிலான கதிரியக்கப் பொருட்களை தன்னகத்தே கொண்டுள்ளன. பல்லாயிரம் ஆண்டுகளில் ஏற்படும் இயற்கை சுழற்சியில் சில பொருட்கள் உருக்குலையவும், சில பொருட்கள் உருப்பெறவும் வழி உண்டாகின்றது. தொடர்ச்சியான மாற்றத்தின் விளைவாக சில பொருட்கள் கதிரியக்கப் பொருளாகின்றது. ஆனால் அப்பொருள் கால வெள்ளத்தில் மீண்டும் உருக்குலைந்து

ஈயமாய் மாறிவிடுகிறது. ஒரு பாறையில் உள்ள கதிரியக்கப் பொருளின் அளவும் ஆண்டொன்றுக்கு அதிலிருந்து வெளி யேற்றப்படும் ஈயத்தின் அளவும் கொண்டு எத்தனை ஆண்டுக்கு முன்பு அப்பாறை வடிவம் பெற்றது? என்பதை கதிர் இயக்கப் பொருள் நிபுணர்கள் துல்லியமாய்க் கணிக்கின்றனர்.

உதாரணமாக, ரஷ்யாவின் டோனெட்ஸ் பள்ளத்தாக்கின் அருகாமையில் அமைந்துள்ள நிலக்கரி வயல் 300 மில்லியன் ஆண்டுகளுக்கு முன்பு உருவானதாக கதிரியக்க நிபுணர்கள் கண்டறிந்துள்ளனர்.

மிகப்பெரிய ஈயம் :

அஸிரிய அரசர் அஷுர்பாணிபால் என்பவரின் (கி.மு.7ம் நூற்றாண்டு) நூலகத்தில் பாபிலோனிய நாட்டு ஓலைச்சுவடிகள் கண்டறியப்பட்டன. அவற்றில் ஒரு ஓலைச்சுவடி கீழ்க்கண்ட வாறு அக்கினி தேவனைப் போற்றுகிறது.

‘ஓ! பெரும் தெய்வமே, நீ செம்பையும் ஈயமையும் உருக்கு கின்றாய்
வெள்ளியையும் பொன்னையும் சுத்தம் செய்கின்றாய்’

என்ற குறிப்பு அன்றைய மக்களின் நம்பிக்கையை பிரதி பலிக்கின்றது. அஷுர் நகரத்தில் செய்யப்பட்ட அகழ்வாராய்ச்சி யில் ஆய்வாளர்கள் 400 கிலோகிராம் எடை கொண்ட ஒற்றை அசுர ஈயக்கட்டியை கண்டெடுத்தனர். இதன் வயது கி.மு.1300 என்று கண்டறியப்பட்டுள்ளது.

❖

7. பாதரசம்

கடவுள் வாழ்த்து :

இயற்கையால் 92 தனி அடையாளம் பெற்ற அணுக்களை மட்டும் படைத்திட முடியும் என்று விஞ்ஞானிகள் தற்காலத்தில் கண்டறிந்துள்ளனர். இவற்றில் 7 பொருட்களின் சரிதம் 2000 ஆண்டுகட்கு முற்பட்டது. ஆகையால் குழப்பத்துக்கு இடமளிக் காமல் 7 பொருட்கள் தனித்தமிழில் சொற்பதம் கண்டுள்ளன.

பண்டைய உரோம தேச இரசவாதிகளின் பொருட் பட்டியலில் இப்பொருள் மெர்க்கூரி என்ற பெயர் பெற்றது. மெர்க்கூரி என்பவர் உரோம நாட்டினரால் வணங்கப்படும் நயவஞ்சகம் மற்றும் செல்வம் கொண்ட வாணிகம் காக்கும் காவல் தெய்வம் ஆவார். காலில் சக்கரம் கட்டிக்கொண்டது போல ஓடி எல்லாம் வல்ல இறைவனுக்கு தூதரும் ஆவார். பாதரசமின் துளிகளும் மென்மையான தளத்தில் நில்லாது ஓடக் கண்ட உரோமானியர்கள் அப்பொருளை மெர்க்கூரி என்று வழங்கலாயினர். இதைப்போல பல பொருட்களுக்கு இரசவாதி களின் இலக்கிய அகராதி அடையாளச் சின்னங்கள் வழங்கியது.

எளிதில் உறைவதில்லை :

திரவ நிலையில் உள்ள பாதரசம் கடுங்குளிரிலும் உறைந்து போவதில்லை. 1759ம் ஆண்டுதான் முதன்முறையாக பாதரசம் உறைய வைக்கப்பட்டது. உறைநிலையில் பாதரசத்தின் நிறம் வெள்ளி - நீலமாக உள்ளது, ஈயம் போல் இல்லை. பாதரசம் 39.8 டிகிரி செல்சியஸில் தான் உறைகின்றது. சுத்தியல் போன்றதொரு வார்ப்பில் பாதரசம் ஊற்றப்பட்டு அதை மிகச் சீக்கிரம் திரவக் காற்றால் குளிரச் செய்து உறைநிலை அடையச் செய்தால் ஒரு பலகைக்குள் ஆணியை புகுத்த அந்தச் சுத்தியலைப் பயன்படுத்த லாம். ஆனால் வெகுசீக்கிரம் ஆணி அடிக்கப்பட வேண்டும்

இல்லையேல் ஆணி அடிப்பவரின் கரங்களில் பாதரசம் இளகி ஓடி விடும்.

எந்த எடையையும் தாங்கும் :

மனிதன் அறிந்த எல்லா திரவங்களையும்விட பாதரசம் எடை மிகுத்தது. ஒரு கூபிக் செண்டிமெட்டிரிக்குக்கு பாதரசத்தின் அடர்த்தி 13.6 கிராம் ஆகும். இதன் பொருள் யாதெனின் ஒரு லிட்டர் பாதரசம் உள்ள சொம்பு ஒரு குடம் தண்ணீரை விட அதிக எடை கொண்டது என்பதாகும்.

ஒரு எடை தூக்கும் விளையாட்டு வீரர் தான் தூக்கிய எஃகு எடையை மேடை மீது போடாமல் பாதரசம் நிரப்பப்பட்ட தொட்டிக்குள் போடுவாரே யானால் அஃது எப்பேர்ப்பட்ட கனமிகு எடையாயினும் அதனுள் மூழ்கிடாது, ஆனால் தண்ணீர் மேல் தக்கை போன்று மிதக்கத்தான் செய்யும். எஃகு கனத்தை பொறுத்தவரை பாதரசத்தை விட மிகக் குறைந்தது.

அவசர வெள்ளி :

சரித்திர காலத்துக்கு முன்பாகவே மனிதன் பாதரசத்துடன் பரிச்சயம் கொண்டான். பல கிரேக்க நாட்டறிஞர்கள் பாதரசம் குறித்து குறிப்புகள் வரைந்துள்ளனர். அவர்களில் அரிக்ஷாதில், தெயோபிராக்ஷஸி, பிலின, விதுரவியாஸ ஆகியோர் குறிப்பிடத் தக்கவர் ஆவார்கள். இலத்தின் பாஷையில் பாதரசம் என்பதை "ஹைதிராஜியம்" (வெள்ளித் தண்ணீர் அல்லது சீக்கிர வெள்ளி) என்று பொருள்பட அழைக்கின்றனர். இப்பெயரை பாதரசத் துக்கு சூட்டியவர் கிரேக்க மருந்தாளுநர் தியோசக்கரதீக்ஷதி என்பவராவார்.

தீரா விடம் :

எது எவ்வாறேனும் ஒரு முக்கியத் தகவலை மறவாமல் எண்ணிட வேண்டும். அஃது யாதெனின், பாதரசம் உடைய கூட்டுப்பொருட்கள் மற்றும் அதன் ஆவி கொடிய நஞ்சு ஆகும்.

1810ம் ஆண்டு பிறித்தன் நாட்டு கப்பலான திறம்பு உள்ளிருந்த பீப்பாய்களில் இருந்து கசிந்த பாதரசம் 200 பேரை பலி வாங்கியது. இதன் காரணமாகத்தான் இரஷியா போன்ற பல நாடுகளில் பாதரசம் தயாரிக்கும் தொழிலுக்கு தடை விதித்து உத்தரவு பிறப்பிக்கப்பட்டுள்ளது. பாதரசம் இன்றி பணி நிறைவேறாது என்றபட்சத்தில் தொழிலாளரின் நலன் பேண பாதுகாப்பு நடவடிக்கைகள் பலப்படுத்தப்பட்டு உற்பத்தி தொடங்குகிறது.

நாலு காலுக்கு நன்றி :-

இயற்கை பெரிய அளவில் பாதரசம் கொண்டிருக்க வில்லை. சில சமயங்களில் சிறு துளிகாக இயற்கையில் பாதரசம் கிடைக்கின்றது. சின்னாபார் என்பது பாதரசம் கொண்ட முக்கியமான படிமம் ஆகும். இந்தச் சின்னாபார் படிமம் உடன் ஒரு விநோத சம்பவம் தொடர்பு கொண்டுள்ளது. புவியில் வளத்தைத் தேடிட மோப்பத் திறன் மிக்க ஞமிலிகட்கு புவியியலாளர்கள் பயிற்சி அளித்து வருகிறார்கள். ஆகையால் அத்தகைய பயிற்சி நிறை வடைந்ததும், "பரிக்ஷை" போன்ற தொரு போட்டி ஞமிலிகளிடையில் நடத்தப்பட்டது. பலதரப் பட்ட பாறைப் படிமங்களிடையே சின்னாபார் படிமமை ஞமிலிகள் கண்டறிய ஏவப் பட்டன. ஞமிலிகள் எல்லாம் சின்னாபார் படிமமையும் கண்ட றிந்ததுடன் அதற்கும் ஒரு படி மேற்சென்று விட்டன. எல்லா ஞமிலிகளும் இளஞ்சிவப்பும் கேலசைடு என்ற படிமமையும் முன்கூட்டியே பேசி வைத்துக் கொண்டு செயல்படுவதைப் போல் சின்னாபார் உடன் கண்டறிந்தன. ஞமிலிகள் எல்லாம் ஏமாந்தன என்று ஆய்வாளர்கள் முதலில் அவற்றை எள்ளி நகையாடினார்கள். பிறகு ஒரே தவறை எல்லா ஞமிலிகளும் ஏன் புரிந்தன? என்று ஆராய்ந்தனர். அச்சமயம் அந்த ஆய்வாளர்கள் அதிசயிக்கும் விதமாக ஒரு உண்மை புலன் ஆனது. கேலசைடு படிமமுள் சின்னாபார் பொதிந்து இருப்பதைக் கண்டனர். இதன் காரணமாக நன்றி விசுவாசத்துக்குப் பேர் பெற்ற ஞமிலிகளின் நற்பேர் உறுதி அடையப் பெற்றது.

ஏமாற்றாதே! ஏமாறாதே! :

இரசவாதத்தின் எழுச்சியால் இடைக்காலங்களில் பாதரசம் உற்பத்தி செங்குத்தாக உயரத் தொடங்கியது. பாதரசம் மீது

இரசவாதிகள் கொண்ட நாட்டத்துக்கு காரணம் காண முயன்றோம் எனில் அஃது அவர்களின் பொருளறிவின் அடிப் படைக் கோட்பாடுதான் என்பது தெரிய வரும். இரசவாதிகளின் சித்தப்படி பாதரசம், சற்பர் மற்றும் உப்பு ஆகியவையே, 'ஆதிப்பரம்பொருட்கள்' என்றும் 'தாய்மைப் பேறடையும் தன்மைகள்' பாதரசம் வசம் உள்ளதென்றும் விளக்கினார்கள். உதாரணமாக இவ்வாறு அவர்களின் வாதம் அமைந்தது எனலாம், "வெப்பம் பட்டு பனிக்கட்டி இளகி தண்ணீர் ஆகின்றது ஆகையால் பனிக்கட்டி என்பதைத் தண்ணீர் உருவாக்கியது. பொருட்கள் பாதரசத்தில் கரைந்து போகின்றன, ஆகையால் பாதரசம்தான் பொருட்களின் மூலப்பரம்பொருள்."

மேற்சொன்ன "சௌண்டான விஞ்ஞானக் கோட்பாடு" தரித்துள்ள இரசவாதிகள் இனி செய்யவேண்டியதெல்லாம் எங்கிருந்தாவது "சிந்தையாளர்கள்" என்பதை தேடிக் கண்டறிந்து அதை வைத்துக் கொண்டு உரசி பாதரசமானதை பொன்னாக மாற்றும் தங்கள் வியாபாரத்தை ஆரம்பம் செய்வதுதான். ஆனால் சிந்தையாளர்கள் தேடல் இழுத்துக் கொண்டே இருந்தது. அந்தக் கல் வேண்டி பிறித்தன் அரசர் ஹென்றி IV மற்றும் ஹோலி உரோமசக்கரவர்த்தி இரதாறப் II ஆகியோர் தங்கள் அரசவைக்குள் இரசவாதிகள் பரிசோதனைக் கூடம் கட்ட அனுமதி அளித்தனர்.

அவசரம் அறிமுகம் :

ஆனால் உண்மைக்கு மதிப்பளித்து இரசவாதிகளின் வேலை சில நற்பயனை ஈட்டியதைக் குறிப்பிட்டு சொல்லத்தான் வேண்டும். ஹென்றி IV அரசரின் அரசவையில் பணிபுரிந்து வந்த இரசவாதி ஒருவர் செம்பு மீது பாதரசம் கொண்டு உரச அச்செம்பு வெள்ளி போன்று மினுக்குவதைக் கண்டறிந்தார். இந்தத் தகவலை அறிந்த ஹென்றி IV காலத்தைக் கொல்லாமல் இரசவாதி யின் கண்டுபிடிப்பை உடன் அறிமுகம் செய்தார். அரசர் உத்தரவுக்கு இணங்க பாதரச முலாம் பூசப்பட்ட ஏராளமான செம்புக்காசுகள் அக்க சாலையில் தயாரிக்கப்பட்டு வெள்ளிக் காசுகளின் இடத்தை நிரப்பின. இரசவாதிகளின் பேச்சைக் கேட்டதால் அரசரின் கருவூலம் ஈடாகக் கிடைத்த வெள்ளியால் நிரம்பி வழிந்தது.

இப்படித்தான் நடக்கிறது :

தனது வித்தையை பொதுமக்கள் முன்னிலையில் செய்து காட்டுவதற்கு வெகு முன்பாகவே கொஞ்சம் பொன் துகள்களை உலை ஒன்றில் இரசவாதி வைத்துவிடுவார். அதன்பின்னர் பொது மக்கள் முன்னிலையில் அந்த உலைக்குள் இளகிய ஈயம் அல்லது பாதரசம் இட்டு தன்கையில் உள்ள ம(ந்தி)ரக் கோல் கொண்டு கிண்டிடுவார். அதன் பின்பு உலையில் இருந்து வெளிவரும் பொருள் பொன்னின் நிறம் நிரம்பப் பெற்றிருக்கும். பரிசுத்த பொன் ஈட்டப்பட்டு விட்டதாக இரசவாதி மார் தட்டுவார்.

இப்படியும் நடக்கிறது :

சீக்கிரமாகவோ தாமதமாகவே இத்தகைய அற்புதங்கள் குறித்த செய்தி நாடாளும் அரசரின் செவிகட்கு வந்து சேரும். அச்சமயம் இரசவாதிகள் தங்களது பித்தலாட்ட நாடகத்தை ஒப்புக் கொள்ள வேண்டும் அல்லது பெருமளவில் அரசர்முன் பொன் உற்பத்தி செய்ய வேண்டும். ஆங்கு மந்திரக்கோல் கிண்டல் எடுபடாது, மார்த்தட்டும் பெருமை போய், மாரில் அடித்துக் கொண்டு சாவும் காலம் நெருங்கியதை உணர வேண்டியதுதான்!

உபயோகமும் உற்பத்தியும் :

வெப்பம், காற்றழுத்தம் ஆகியவற்றை அறிந்திட உதவும் கருவிகளில் பாதரசம் பயன்படுத்தப்படுகிறது.

17ம் நூற்றாண்டில் முதன்முறை யாக வெப்பம் அறியும் சாதனங்கள் கண்டறியப்பட்டன. அவை தண்ணீரின் அளவைக் கொண்டு செயலாற்றின. ஆனால் குறைந்த வெப்பத்தில் தண்ணீர் உறைந்து கண்ணாடிக் கொள்கலனைச் சிதறச் செய்தது. தூசுகாணி நகர கோமகன் பெரதி நண்டோ II என்பவர் ஆல்கஹால் உடன் நெருங்கிய பரிச்சயம் உடையவர். ஆகையால் தண்ணீருக்குப் பதிலாக வெப்பம் அறியும் சாதனங்களில் தண்ணியைப் பயன்படுத்த யோசனை கூறினார். தண்ணீரைப் பயன்படுத்தும்

வெப்பமளக்கும் எந்திரங்களை விட அவை நம்பகத்தன்மை உடன் இருந்தன. ஆனால் ஆல்கஹாலின் தரம் ஒரு சீராக இல்லாதபடியால் அதில் பெறப்பட்ட அளவுகளும் பரவலாக ஏறுக்குமாறாய் அமைந்திருந்தன. இப்படிப்பட்ட சூழலில் பிரான்சு விஞ்ஞானி ஏமாந்தான் என்பவர் பாதரசம் கொண்ட வெப்பம் அளக்கும் பொருளை உபயோகித்து வெற்றி கண்டார். இவைதான் தற்காலத்தில் புழக்கத்தில் உள்ளது.

பாதரசம் உற்பத்தி செய்யப்படுவது என்பது பல நூற்றாண்டுகள் பழமைமிக்க தொழில். அந்தக் காலத்தில் சட்டிப்பானைகளில் பாதரசம் வறுத்தெடுக்கப்பட்டு பிரிக்கப் பட்டு சற்றுமுன் வெட்டி எடுக்கப்பட்ட பசுந்தழைகளில் உலர வைக்கப்படும் பின்பு மண் காடிகளில் சேமித்து வைக்கப்படும். புதிய பாதரசமுற்பத்தி சாலைகள் தொடர்ச்சியாக தயாரிப்பு செய்ய வல்லமை உடையன. தானியங்கி எந்திரங்கள் உற்பத்தியாளர் சுவிச்சை தட்டும்பொழுது செயல்படத் தொடங்கி பாதரசத்தை கொட்டிக் குவிக்கின்றது.

அதையடுத்து 35 கிலோ எடைபிடிக்கும் எஃகு கொள் கலனில் பாதரசம் நிரப்பப்படுகிறது. அதிசுத்தமான பாதரசம் 5 கிலோ எடை பிடிக்கும் பீங்கான் கொள்கலனில் நிரப்பப் படுகிறது. அங்கிருந்து அப்பொருள் சேமிப்புக் கிடங்குக்கு எடுத்துச் செல்லப்பட்டு தனது வேலையை செய்ய ஆயத்தம் ஆகின்றது.

மூன்றாம் பாகம்

என்றும் பதினாறு

1. இலிதியம்

2017ம் ஆண்டு உடன் மெண்டெலைவ் தயாரித்த அணுக்களின் தொகுதி அடங்கிய அட்டவணையில் இலிதியம் இணைந்து 200 ஆண்டுகள் ஆகி விட்டது.

இலிதியம் கண்டறியப்பட்ட கதையைக் கேட்க 200 ஆண்டுகள், காலச் சக்கரம் பின்நோக்கி சுழற்றப்பட வேண்டும். ஷெவிடிஷு நாட்டு விஞ்ஞானியான ஆர்வப்பெதசன் என்பவர் பெதலித்து என்ற படிமத்தை தனது ஆய்வுக் கூடத்தில் சோதித்துக் கொண்டிருந்தார். பல முறை அந்தப் படிமத்தை உருவாக்கிய அணுப் பொருட்களை பகுத்து கட்டியபோது அவரால் 96% பொருட்கள் மட்டும் அடையாளம் கண்டிட முடிந்தது. அப்படி எனில் 4% அந்தப் படிமம் கொண்டுள்ள மற்றொரு பொருள் என்ன என்று மூளையைத் 'திருகு' செய்து யோசித்தார். இறுதியில் விடை கண்டு அவர் நிம்மதி அடைந்தார். புதிய அற்கலைப் பொருள் ஒன்றினை அவர் கண்டறிந்தார். பாறைப் படிமம் ஒன்றில் கண்டறியப்பட்ட அப்பொருள் இலிதியம் என்று அழைக்கப்பட்டது. (கிரேக்க மொழியில் இலிதோஸ் என்றால் கல் என்று அர்த்தம்)

கண்ணா கண்ணாடி துன்ன ஆசையா? :

இந்தியாவில் உள்ள யோகிகள் அன்றாட உணவாக கண்ணாடி சாப்பிடுவதைப் பார்த்தவர்கள் உளர். சாதம்,

சாம்பார், அவியல், பொரியல் போல அவர்கள் பற்பு, குழாய் பற்பு, பூதக் கண்ணாடி, குவாட்டர் பாட்டில் ஆகியவற்றை சுவைத்து மென்று ஏப்பம் விட வல்லவர்கள். இப்படி கண்ணாடி சாப்பிட எல்லாராலும் இயலாது. யோகிகளுக்கு மட்டும்தான் இது சாத்தியம். சாதாரண கண்ணாடி நீரில் கரையும்தன்மை உடையது. சர்க்கரைபோல ஒட்டுமொத்தமாக அஃது கரை வதில்லை. ஆனாலும் கரைந்து கொண்டுதான் இருக்கிறது. மிகக் கவனமாக செய்யப்பட்ட ஆராய்ச்சியின்படி தினமும் ஒரு கிராம் கண்ணாடியில் *10,000*இல் *1* பங்கு கண்ணாடியை சாப்பிடு கிறோம். ஆனால், கண்ணாடித் தயாரிக்கும்பொழுது அதில் இலிதியமின் உப்பு சேர்க்கப்பட்டால் கண்ணாடி கரைவது *100* மடங்கு குறைக்கப்படுகிறது. அப்படிப்பட்ட கண்ணாடி சற்பியூரிக் அமிலமாலும் பாதிப்பு பெறாது.

வானம் பார்க்க :

தெளிவுக்கு முன்மாதிரியாக பனி நீர் உள்ளதாக உதாரணம் சொல்வார்கள். ஆனால் புதிய தொழில்நுட்பம் வேண்டுவது பனி நீர்த்துளி போன்ற கண்ணாடி அல்ல. பார்வை யில் சிக்கும் ஒளிக்கற்றையை மட்டும் அனுமதிக்க வல்லமை பெற்று கூடுதலாக பார்வை புலனில் தெரியாத புறஊதாக் கதிர்க் கற்றையைக் காண வல்ல புதிய கண்ணாடி யைத்தான். தொலைவாக உள்ள அண்டப் பெருந்திரளை ஆராயவல்லதாக பண்டைய கால சாதாக் கண்ணாடி தொலைநோக்கி களால் இன்றைய வானாராய்ச்சி நிபுணர்க்கு பயன் இல்லை. புறஊதாக் கதிர்க்கற்றை களுக்கு இலிதியம் பிலோரைது அதிகப்படி யான தெளிவுத் தன்மை தருகிறது. இலிதியம் பிலோரைதைக் கொண்டு உருவாக்கப்பட்ட தொலைநோக்கி கண்ணாடிகள் கொண்டு வானவியலாய்வு மேற்கொள்வோர் இன்னும் அதிகமாக அண்டசராசரங்களை தோண்டித் துருவி ஆராய வழி பிறந்துள்ளது.

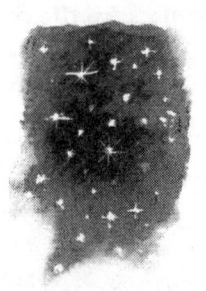

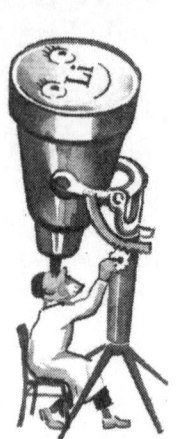

பாய வல்லப்பொருள் :

சமீப காலங்களில் விண்வெளித் தொழிலில் இலிதியம் இன்றியமையாப் பொருளாக மாறி வருகிறது. புவி ஈர்ப்பை புறங்கண்டு வான்வெளியில் சஞ்சரிக்க விண்வெளி வாகனங்களுக்கு ஏராளமான ஆற்றல் தேவைப்படுகிறது. விண்வெளிக்கு உலகில் இருந்து முதலில் சென்ற விண்வெளி வாகனம் 6 என்ஜின்கள் பொருத்தப்பட்டு 20 மில்லியன் குதிரை ஆற்றல் கொண்டிருந்தது.

ஆகையால் விண்வெளி வாகனம் தாங்கிச் செல்லும் எரிபொருளின் ஆற்றல் பற்றிய அறிவு அவசியமானது. இப் பணிக்கு மண்ணெண்ணெய் பயன்பட்டு வந்தது. இதன் எரியாற்றல் 1 கிலோவுக்கு 2300 கிலோ காலரி ஆகும்.

திட எரிபொருளை விண்வெளிக்குப் பயன்படுத்துவது அபாரமான நற்பயன்களை அளித்துள்ளது. இதில் இலிதியம் திட எரிபொருளாக பயன்படுத்தப்படும் பொழுது எரியாற்றல் 1 கிலோவுக்கு 10270 கிலோ காலரியாக மேன்மை பெறுகிறது.

காட்டிக் கொடுத்த இலிதியம் :

இலிதியம் பற்றிய நமது சிற்றாய்வை முடிவும் முன்பு அமெரிக்க இயற்பியலாளர் உட்சு என்பவர் வாழ்க்கையில் இலிதியம் ஆற்றிய மறக்க முடியாத உண்மைச் சம்பவம்.

1891ம் ஆண்டு மாணவரான உட்சு மேற்கல்வி பயில பாலதிமோர் என்ற ஊருக்கு வந்தார். தமது கல்விச்சாலை அருகில் உள்ள மாணவர் விடுதியில் அவர் தங்கத் தொடங்கினார். அச்சமயம் அங்கிருந்த மாணவர்கள் கூறிய செய்தி ஒன்று அவரது செவிகளில் வந்து அடைந்தது. அஃதாவது மாணவர்களுக்கு காலையில் வழங்கப்படும் புலால் அவியல் உணவில் முந்தைய நாள் இரவு சாப்பிட்டு துப்பிப் போட்ட மிச்சமான இறைச்சித் துண்டுகள் சமையல் வேலைக்காரியால் கலந்து அளிக்கப்படுகிறது என்பதே அது. கயமைத்தனம் நடைபெறுவது உண்மை தான். ஆனால் அதை அம்பலமாக்க சான்று வேண்டுமே!

துப்பறியும் விஷயங்களில் உட்சு நற்பேரெடுத்திருந்தார். இம்முறையும் இந்த சந்தர்ப்பத்தை தவறவிட அவர் ஒப்ப வில்லை. ஒருநாள் இரவு உணவு விடுதியில் பரிமாறப்பட

இருந்தபோது சமையல் உப்புபோல் தோற்றம் கொண்ட உடல்நலனுக்கு எவ்வித தீங்கும் இழைக்காத இலிதியம் குலோரைடு என்ற பொடியை பெரிய இறைச்சித் துண்டங்கள் மீது மாணவர்கள் சாப்பிடும் முன்பாக தூவினார்.

மறுநாள் காலையில் காலை சிற்றுண்டியாக பரிமாறப் பட்ட புலால் அவியலில் உள்ள இறைச்சித் துண்டுகளை மாணவர்கள் உட்சு அவர்களிடம் கொண்டு வந்தனர். உட்சு அந்த இறைச்சித் துண்டுகளை நிறநோக்கி மூலம் ஆய்வு செய்தார். நிறநோக்கியில் தோன்றிய செந்நிறம் இறைச்சியில் இலிதியம் இடம் பெற்றிருந்ததை நிரூபித்தது. மாணவர்களை நாய்களாக பாவித்து 'விருந்தோம்பல்' போற்றிய கயமை சமையல் வேலைக்காரி தூக்கி எறியப்பட்டாள்.

2. பெரிலியம்

மன்னே மரகதமே :

பெரிலியம் என்ற பொருளின் படிமங்களில் ஒன்றுதான் மரகதம்.

பண்டைய காலம் தொட்டு மரகதம் மனிதனை வசீகரம் செய்து வந்துள்ளது. உரோம் நாட்டு அரசரான நெறா என்பவர் வெற்றி அல்லது வீரமரணம் என்று வீரர்கள் மோதிடும் யுத்த விளையாட்டை பெரிய மரகதத்தாலான கற்கொண்டு கண்டுகளிப்பானாம்!

பேரறிமுகம் :

18ம் நூற்றாண்டில் தற்போது அணு எடை எண் : 4ஐப் பெற்றுள்ள பொருள் விஞ்ஞானிகளால் அறியப்படாமல் இருந்தது. பல விஞ்ஞானிகள் பெரில் என்ற படிமத்தைப் பகுத்துக் காண முயன்றனர். ஆனால் எவராலும் அதனகம் உள்ள புதிய பொருளைக் கண்டறிய இயலவில்லை. ஏலமினியம் மற்றும் அதன் கூட்டுப் பொருட்களின் பின்னர் இப்புதிய பொருள் கண்ணாமூச்சி ஆட்டம் காட்டுவதுபோலத் தோன்றியது. அப்புதிய பொருளின் தன்மைகள் ஏலமினியத்தை ஒத்து இருந்தது. ஆனால் அவற்றிடையே வேறுபாடுகளும் இருந்தன.

அந்த வேறுபாட்டை முதலில் கண்டறிந்தவர் பிரான்சு விஞ்ஞானி நிக்கோலஸ் இலூயி வேங்குயெலின் ஆவார். 1789ம் ஆண்டு பிப்-15 அன்று பிரான்சு விஞ்ஞான சங்கத்தில் அதிரடி

அறிக்கை ஒன்றை அவர் சமர்ப்பித்தார். அதில் பெரில் மற்றும் மரகதம் ஆகியவை புதிய பொருள் ஒன்றைக் கொண்டுள்ளது. அஃது ஏலமின்னா அல்லது ஏலமினியம் ஆக்ஸைடிலிருந்து மாறுபட்டது என்று கூறினார். தான் கண்ட பொருளுக்கு 'கிலைசினியம்' என்ற பெயரை முன்மொழிந்தார். ஏனெனில் அதன் உப்பு இனிப்பாய் இருந்தமையாலும் கிரேக்க மொழியில் இனிப்புக்கு கிலைகிஸ் என்று வழக்கு இருந்ததும் காரணமாகும். ஆனால் தற்சமயம் பிரான்சு நாட்டில் மட்டும் இப்பேர் வழங்கப்பட்டு வருகிறது. மற்ற நாடுகளில் பிரபல வேதியியலாளர்கள் ஆன எம்.கலபிராத் மற்றும் ஏ.எகெபெர்க்கு ஆகியோர் பரிந்துரைத்த 'பெரிலியம்' தான் வழக்கில் உள்ளது.

விண்வெளிப் பயணங்களில் :

சிறப்பாக வெப்பத்தை ஏற்றுச் செல்லுதல், உயரிய வெப்பம் தாங்குதல், வெப்பத்தை எதிர்த்து நிற்றல் ஆகியவை பெரிலியம் மற்றும் அதன் கூட்டுப் பொருட்களை விண்வெளிப் பொறியியலில் வெப்பத் தடுப்பு பொருளாக உபயோகிக்க வழிசெய்துள்ளது. அமெரிக்க பத்திரிகை செய்திகள்படி கான்கிலென் என்பவர் பயணித்த நட்புறவு - 7 என்ற விண்வெளி ஊர்தியின் மூக்குமுனையும், கட்டுப்பாட்டறைத் தரையும் பெரிலியம் கொண்டு செய்யப் பட்டது.

வித்தமின் - பெ :

எடை தாங்க முடியாமல் கழன்று போய் விடுவது பல பொருட்களின் 'தொழில் சாரும் நோய்' போன்றது ஆகும். எஃகுடன் சிறிதளவு பெரிலியம் கலந்தாலும் இந்த வியாதி மந்திரக்கோல் வீச்சு போல இருந்து இடம் தெரியாமல் மறையும். சாதாரண கரிபன் எஃகு கொண்டு செய்யப்பட்ட வாகன

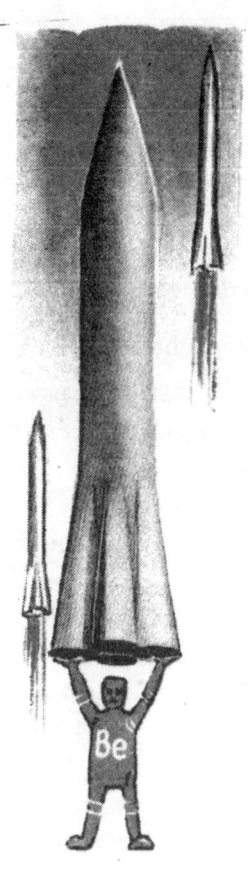

கம்பிச்சுருள் 800-850000 அடிகள் தாங்கும். ஆனால் வித்தமின்-பெ உட்கொண்ட எலிகள் 14 மில்லியன் அடி வாங்கினாலும் அசராது நின்று பேசும்.

ஒலிக்குச்சம் :

ஒலியை ஏற்றுச் செல்லும் பெரிலியமின் ஆற்றல் விஞ்ஞானிகளை வியக்க வைக்கின்றது.

காற்றில் ஒலியின் வேகமானது நொடி ஒன்றுக்கு 330 மெட்ரிக்கு ஆகும்.

நீரில் ஒலியின் வேகம் நொடி ஒன்றுக்கு 145 மெட்ரிக்குகள் ஆகும்.

பெரிலியமில் ஒலியின் வேகம் சாதனை படைக்கும் அளவாக நொடி ஒன்றுக்கு 12500 மெட்ரிக்குகள் ஆகும்.

அணுஊசி :

நமது புவியின் கீழுள்ள பாதாள உலகத்தை ஆராய்ச்சி செய்திட பெரிலியமின் வெப்பம் - புகா தன்மைகள் உதவக் கூடும். பெரிலியம் ஆக்ஸைடை வார்ப்பாகக் கொண்ட அணு உலையைக் கொண்டு ஒரு ‘அணுஊசி’யைத் தயாரித்து மண்ணடியில் மூன்று கிலோ மெட்ரிக்குகள் தூரம் சென்று ஆய்வு நடத்திட திட்டம் ஒன்று தயாராகி வருகிறது.

❖

3. மகனிச்சயம்

செஞ்சிங்கம் :

பல நூற்றாண்டுகளாக பொன் தயாரிக்க உதவும் கல் உருவாக்க இரச வாதிகள் படாதபாடு பட்டுக் கொண்டு இருந்தனர். சிலர் ஈயம் இளகும் வரை சூடாக்கப்பட்டால், 'செஞ்சிங்கம்' அஃதாவது பொன் தயாரிக்க தேவைப் படும் கல் உருவாகும் என்று கருதினர். ஒரு சிலர் விலங்கு மூத்திரம் பயன்படுத்தலாம் என்றும் மற்றொரு சிலர் பச்சைத் தண்ணீர் போதும் என்றும் கருதினர்.

இரண்டாம் உலகப் போர்க்காலத்தில் ஆண்டொன்றுக்கு 80000 டன்கள் மகனிச்சயம் கடல் நீரில் இருந்து பிரித்து எடுக்கப்பட்டது. கடல் நீரில் இருந்து மகனிச்சயம் பிரித்தெடுத்தல் சற்று எளிதுதான். கடல்வாழ் உயிரினங்களின் ஓடு கொண்டு தயாரிக்கப்பட்ட சுண்ணாம்புப் பால் பெரிய இராட்சதத் தொட்டிகளில் ஊற்றப்படுகிறது. அந்தத் தொட்டிக்குள் கடல்நீர் ஊற்றப்பட்டதும் அஃது 'மகனிச்சயமிற்கு' என்றழைக்கப்படு கிறது. அச்சமயம் அந்தக் கூட்டணிப் பொருள் மகனிச்சம் குளோரைடாகிறது. பிறகு மின்வேதியல் முறைப்படி குலோரின் பிரிந்து மகனிச்சயம் எஞ்சுகிறது.

தொழில்நுட்ப உபயோகங்கள் :

மகனிச்சயமலாய்கள் வானூர்தி தொழிலில் அதிகமாக பயன்படுகிறது. 1935ம் ஆண்டு தயாரிக்கப்பட்ட இரஷிய விமானமொன்று கிட்டத்தட்ட 80% மகனிசியமலாய் கொண்டு தயாரிக் கப்பட்டது.

மின்விளக்குகளால் ஆன 'பிலாசு' வரும்வரை நிழற்படம் தயாரிக்க புகைப் படம் எடுப்பவர்கள் நெடுங்காலம் மகனிச்சயம் கொண்டு உரு வாக்கப்பட்ட ஒளியைத் தான் பயன் படுத்தி வந்தனர்.

சூரிய ஆற்றலை சேமித்து வைப்பதி லும் மகனிச்சயம் முக்கிய பங்கு வகிக் கிறது. மனிதன் மற்றும் விலங்குகளின் சத்துப் பொருளாக விளங்கும் குலோரோபில் என்ற பொரு ளின் முக்கிய அங்கமாக மகனிச்சயம் விளங்குகிறது. தாவரங்களில் உள்ள மகனிச்சயம் மட்டும் சுமார் 100000 மில்லியன் டன்கள் இருக்கும் என்று மதிப்பு செய்யப்பட்டுள்ளது. தாவரங்கள் மட்டுமல்லாது எல்லா உயிரினங்களிலும் மகனிச்சயம் உள்ளது. இதில் மனிதனும் விதிவிலக்கல்ல. உதாரணமாக ஒருவரின் எடை 60 கிலோ என்றால் அதிலுள்ள மகனிச்சயம் 25 கிராம்.

பல ஆண்டுகட்கு முன் அமெரிக்காவின் மின்னசோத்தா யுனிவருசித்தியில் மகனிச்சயம் அதிகம் இருந்தால் முட்டை யோடு வலிமையுடன் இருக்கும் என்பதனை அறிந்தனர். இதன் காரணமாக முட்டையிடும் பேடைகளுக்கு உணவுப் பழக்கத்தில் மாற்றம் செய்யப்பட்டு மகனிச்சயம் கலந்த உணவு அளிக்கப் பட்டது. ஏனெனில் மின்னசோத்தா மாநகரில் மட்டும் நொறுங்கிப் போகும் முட்டைகளால் ஓராண்டுக்கு ஏற்பட்ட இழப்பு 1 மில்லியன் டாலருக்கும் மேலாகும்.

மருந்தாளுமைத் திறன் :

மருந்தாளுமையில் மகனிச்சயம் மகத்தான இடம் பெற்றுள்ளது. எபிசம் உப்பு என்றழைக்கப்படும் மகனிச்சயம் தற்போது சிறந்த முறையில் மலச்சிக்கல் போக்க உதவுகிறது. வாயுத்தொந்தரவு, நெஞ்சு கரித்தல் போன்றவற்றிலும் மகனிச்சயம் ஆக்ஸைடு உபயோகம் காண்கின்றது. வாயுத் தொந்தரவுகட்கு மகனிச்சயம் பெராக்ஸைடு உற்ற உபத்திரவ நீக்கியாகும்.

ஹங்கேரி நாட்டில் மகனிச்சயம் குறைபாடு காரணமாக இருதயம் சம்பந்தமான வியாதியால் பீடிக்கப்படுவது செயல் முறை விளக்கமாக காட்டப்பட்டுள்ளது. அதனடிப் படையில்

மகனிச்சயம் செறிவுள்ள உணவு ஒரு சில ஞமிலிகளுக்கும், மகனிச்சயம் பற்றாக்குறை உள்ள உணவு சில ஞமிலிகளுக்கும் சாப்பாடாகத் தரப்பட்டது. பரிசோதனை நிறைவடைகையில் இருதயக் குறைபாடால் இரண்டாவது பிரிவிலுள்ள ஞமிலிகள் (நாய்கள்) வேதனையடைந்தன. பொதுவாக இருதயம் தொடர்பான குறைபாடுகள் பதற்றமுள்ள, எளிதாக கிளர்ச்சி அடையும் நபர்களில் அதிகம் இருப்பதாக கூறப்படுகிறது. இதற்கு காரணம் என்ன எனில் கிளர்ச்சி உண்டாகும் சமயம் உடலில் உள்ள மகனிச்சயம் எரிக்கப்படுகிறது.

அல்லல் :

நாம் வாழும் காலம் நமக்கு அளிக்கும் தண்டனையான அல்லல், அலுப்பு, சலிப்பு மற்றும் களைப்பு போன்றவற்றை எதிர்க்கும் திறனுள்ள புரட்சிக்காரனாக மகனிச்சயம் மருந்தாளு மையில் பயன்படுத்தப்படுகிறது. உடற்தகுதி உடையவர்களின் குருதியில் உள்ள மகனிச்சயமானது சோர்வானவர்களின் உடலில் உள்ள குருதியில் கலந்திருக்கும் மகனிச்சயமை விட அதிகப்படி யானது என்று செய்முறை விளக்கம் காட்டப்பட்டுள்ளது. அவ்வாறு மகனிச்சயம் குறைவான அளவு உள்ள உடலில் பாதிப்பும் நிச்சயம் உண்டாகிறது.

நெடுங்காலம் முன்பாக பிரான்சு நாட்டு உயிரியலாளர்கள், கருவில் உண்டாகும் சிசுவின் பாலினத்தை சில பொருட்களால் மாற்றக்கூடும் என்பதை நிரூபித்தனர். தாய் உட்கொள்ளும் உணவில் அதிகளவு பொத்தாசியம் சத்து இருந்தால் அத்தாய் ஈன்ற மகவு ஆணாய் இருப்பதற்கு சாத்தியம் அதிகம் என்று காணப்பட்டது. ஆனால், அத்தாயின் உணவில் மிதமிஞ்சிய கால்சியம் அல்லது மகனிச்சயம் இருந்தால் உண்டாகும் வாரிசு பெண்தான்.

'கட்டளையின்பேரில்' ஆண் அல்லது பெண் குழந்தை கருவினுருவாக மருந்தியலாளர்கள் தாய்க்கு சிறப்புணவு பரிந் துரைச் சீட்டளிக்கும் காலம் வெகு தூரத்தில் இல்லை. ஆனால் மனித உறுப்புகளில் இப்பொருட்களின் செயலாற்றல் எவ்வாறு உள்ளது என்பது கண்டறியப்படுதல் வேண்டும். தற்சமயம் மேற்சொன்ன பரிசோதனை நடைபெறுவது மனிதர்கட்கு அல்ல... பசுவுக்கு.

❖

4. ஏலமினியம்

ஆபத்து அகற்றப்பட்டது :

சுமார் 2000 ஆண்டுகட்கு முன்பு நடைபெற்ற குறிப்பிடத்தக்க சம்பவம் ஒன்றினை பிலினி என்ற பண்டைய வரலாற்று பேராசிரியர் குறிப்பிடுகிறார்.

ஒரு தினம் ரோம் நாட்டை ஆட்சி புரிந்து வந்த திபெரியஸ் என்ற மன்னரைக் காண வந்த அந்நியர் ஒருவர் வெள்ளிபோல் மின்னிய ஆனால் கனமற்ற பொருளால் ஆன கோப்பையை அரசருக்கு அன்பளிப்பாகத் தந்தார். களிமண் கொண்டு இப்புதிய பொருளைத் தான் உருவாக்கியதாக வந்தவர் விளக்கமளித்தார். நன்றி என்பதைப் பற்றி சிறிய கவலையும் கொள்ளாதிருந்த அரசர் திபெரியஸ் தொலைநோக்குப் பார்வையும் அற்ற அரசராகவும் இருந்தார். அருங்குணங்கள் அமையப் பெற்ற இப்புதிய பொருளின் அறிமுகம் தனது கருவூலம் கொண்டுள்ள பொன், வெள்ளி போன்றவற்றை மதிப்பில்லாமல் ஆக்கிடக் கூடும் என்றஞ்சிய திபெரியஸ் உடன் சேவர்களிடம் புதிய பொருளைக் கண்டறிந்தவர் தலையை வெட்டி எறிந்து அவரது ஆராய்ச்சிக் கூடத்தையும் அழிக்க உத்தரவிட்டார். இதன் காரணமாக இனி யாரும் இத்தகைய "ஆபத்துள்ள" பொருளை தயாரிக்க துணிய மாட்டார்கள் என்று அரசர் மகிழ்ச்சி எய்தினார்.

மேற்சொன்ன சம்பவம் உண்மையா? இட்டுக்கட்டிய கதையா? என்பதை உறுதிப்படுத்த இயலாது. எது எப்படி

ஜெ.ஜெயசிம்மன்

ஆயினும் ஆபத்து அகற்றப்பட்டது மிக நெடுங்காலத்துக்கு! கிட்டத்தட்ட 16ம் நூற்றாண்டில்தான் 1500 ஆண்டுகள் ஓடிய பின்னர் ஏலமினியம் சரிதத்தில் ஒரு புதிய ஏடு திறனாளியான ஜெருமன் மருந்தாளுநர் மற்றும் இயற்கை சரித்திரவியலாளர் பிலிப்பஸ் ஆரெலியஸ் தெய்யோபிரசதஸ் பறசெற்சஸ் பாம்பாசதஸ் வான்ஹறாபென்ஹெயிம் என்பவரால் எழுதப் பட்டது.

உற்பத்தியை நோக்கி :

ஏலம் உள்ளிட்ட பல படிமங்களை பகுத்தாய்ந்த பறசெற்சஸ் 'ஏதோ ஏலம் உப்பு உள்ளது' என்று சாதித்தார். அஃது அறியப்படா பொருளின் ஆக்ஸைடென்ற அவர் அதனை "ஏலமின்னா" என்று அழைத்தார்.

பறசெற்சஸ் குறிப்பிட்ட ஏலம் என்ற பொருளை 200 ஆண்டுகளுக்குப் பின்பு ஜெருமனி விஞ்ஞானி மார்க்கரப் என்பவர் 1754ல் தனியாகப் பிரித்து எடுத்தார். பல ஆண்டுகள் ஓடின. ஆங்கிலேயர் தேவி என்பவர் ஏலமில் உள்ள பொருளைப் பகுக்க முயன்றார். சோதியம் மற்றும் பொத்தாசியம் ஆகியவற்றை மின்வேதியல் முறைப்படி பிரித்த அவர் ஏலமின்னாவையும் அவ்வாறு பகுக்க முயன்று தோல்வி கண்டார். அதேபோல முயற்சிகள் செய்த ஷெவிடிஷ் ஆராய்ச்சியாளர் பெற்செலியசும் வெற்றி காணத் தவறினார். எனினும் சிக்காத அப்பொருளுக்கு பெயரிட விஞ்ஞானிகள் முடிவு எடுத்தனர். பெற்செலியஸ் அதை 'ஏலமியம்' என்றார். தேவி அதனை 'ஏலமினியம்' என்று மாற்றினார்.

பண்டைய உரோமானியக் கலைஞன்போல திட ஏலமினியம் பெறப் போராடி 1825ல் சாதித்தவர் தேனிஷ் விஞ்ஞானி ஓயிரசதித்தா என்பவர் ஆவார். ஆனால் அவர் தனது கண்டுபிடிப்புக்கு அதிக முக்கியத்துவம் தரவில்லை.

இரண்டு ஆண்டுகளுக்கு பின்னர் ஓயிரசதிதாவை இளமையான ஆனால் பேரும் புகழும் பெற்ற ஜெருமனி விஞ்ஞானி ஓலர் என்பவர் காப்பெண்ணேகண் நகரில் சந்தித்தார். அவரிடம் ஏலமினியம் தொடர்பான பரிசோதனைகளில் இனி தான் ஈடுபடப் போவதில்லை என்று ஓயிரசதிதா கூறினார். 1827ம் ஆண்டு இறுதியில் புதிய பொருள் தயாரிப்பு பற்றிய

ஆய்வறிக்கையை தான் பதிப்பித்துவிட்டதாக ஓயிரசதிதா தெரிவித்தார். இதையடுத்து ஓலர் சிறு துகள்கள் ஏலமினியம் ஈட்டினார். ஆனால் ஒரு குண்டூசித் தலை அளவுதான் ஏலமினியம் அவரால் தயாரிக்க இயன்றது. கணிசமான அளவு ஏலமினியம் தயாரிக்க அவருக்கு 18 ஆண்டுகள் பிடித்தது.

அது சமயம் இப்புதிய பொருள் பிரபலமாகி விட்டது. ஆனால் சிறிதளவு மட்டும் இஃது உற்பத்தி செய்யப்பட்டதால் பொன்னைவிட மதிப்பு மிகுத்தும் அரிதாகவும் இருந்தது.

அதையடுத்து ஊறோப்பிய நாட்டு அரசர் ஒருவர் ஏலமினியம் பட்டன் பொருந்திய மேலாடை ஒன்றை தனது தனிப்பட்ட உபயோகத்துக்கு தருவித்தார். அப்படிப்பட்ட பொத்தான்களைப் பெற இயலாத அரசர்களை எல்லாம் இளக் காரமாகப் பார்த்தார். அப்படிப்பட்ட அரிய பொத்தான்களைப் பெற இயலாத அரசர்கள் வாயை மூடிக்கொண்டு நல்ல காலம் பிறக்க வேண்டிக் கொள்வதைத் தவிர வேறு வழியற்று இருந்தனர்.

ஆனால் நெடுங்காலம் அவர்கள் பொறுமை காக்கத் தேவையில்லை என்பது போல 1855 "களிமண்ணில் இருந்து வெள்ளி!" என்ற விளம்பரத் தலைப்பில் ஏலமினியம் பாரீசு நகரில் நடைபெற்ற உலகப் பொருட்காட்சியில் வைக்கப்பட்டு பரவசம் ஊட்டிக் கொண்டிருந்தது. பிரான்சு நாட்டு விஞ்ஞானி மற்றும் தொழிலதிபரான சாமியார் கலறி தெவிலி என்பவர் செய்த ஏலமினியத்தாலான தகடுகளும், சாமான்களும் அக்கண் காட்சியில் இடம் பெற்றிருந்தன.

ஙப்போலியன் கண்ட கவசம் :

பொருட்காட்சியில் ஏலமினியம் இடம் பெற்றவுடன் கீழ்க்கண்ட சம்பவங்கள் சபையேறத் தொடங்கின. அச்சமயம் பிரான்சு தேசத்தை ஙப்போலியன் III என்பவர் ஆண்டு வந்தார். இவர், 'பெரிய மாமாவின் சின்ன மாப்பிள்ளை' ஆவார். ஆடம் பரம் மற்றும் ஊதாரித்தனத்தில் பெரும் நாட்டம் கொண்டிருந்த அவர் ஒரு தினம் அரச குடும்பத்தினருக்கு ஏலமினியம் கொண்டு செய்யப்பட்ட தேக்கரண்டி மற்றும் முட்கரண்டி கொண்டு கௌரவித்து விருந்தளிக்க முடிவு செய்தார்.

கௌரவத்தில் குறைவாகக் கருதப்பட்டவர்களுக்கு

பொதுவான பொன் மற்றும் வெள்ளி ஆகிய பொருட்களாலான கரண்டிகள் அளிக்கப்பட்டது. இதன் காரணமாக துக்கமடைந்த அந்த விருந்தினர்கள் உண்ட உணவு அவர்களது தொண்டை யிலேயே துக்கம் தாங்காமல் அடைத்துக் கொண்டு இறங்க மறுத்து நின்றது. ஆனால் அவ்விஷயத்தில் யாராலும் எதுவும் செய்ய இயலாது. ஏன் மாமன்னராலும் கூட அனைவருக்கும் ஏலமினியம் கொண்டு செய்யப்பட்ட கரண்டி வழங்க இயலாது.

விரைவில் தனக்கு பேரும் புகழும் கிட்டும் புதிய திட்டம் ஒன்றினை நப்போலியன் வகுத்தார். அது மட்டும் அல்ல. அவர் வகுத்த திட்டம் மூலமாக பிற நாட்டார் முகம் பொறாமைத் தீயில் வெந்து போகும்படி செய்யவும் செய்தார். தனது படை வீரர்களுக்கு ஏலமினியம் கொண்ட கவச ஆடைகளை தருவிக்க முடிவு செய்தார். சாமியார் கலறி தெவிலியிடம் ஏராளமான பணம் கொடுத்து பெருமளவில் ஏலமினியம் தயாரிக்க நப்போலியன் கட்டளை இட்டார். ஓலர் கண்ட வழியில் சாமியார் கலறி தெவிலி ஏலமினியம் உற்பத்தியைத் தொடங்கினார். எனினும் ஏலமினியம் விலை ஓவராகத்தான் இருந்தது.

அதன் காரணமாகத்தான் பிரான்சுப் படையினருக்கு புதிய கவசத்தை அணிந்து அழகு பார்க்கும் நற்சந்தர்ப்பம் கிட்டிடாமல் போனது. ஆனால் அரசர் தனது மெய்க்காப்பாளர்களுக்கு சிறப்பு செய்தார். இதன்காரணமாக அவரது மெய்க்காப்பாளர்கள் ஏலமினியம் கொண்ட கவசவுடை அணிந்து இராஜபவனி வரத் தொடங்கினார்.

1886ம் ஆண்டு ஏலமினியம் சரிதத்தில் திருப்புமுனை உண்டாக்கிய ஆண்டு. அந்த ஆண்டு தான் அமெரிக்க மாணவர் ஹால் மற்றும் பிரான்சு பொறியாளர் ஹெராலத் ஆகியோர் மின்வேதியல் முறைப்படி ஏலமினியம் தயாரிக்கும் முறையைக் கண்டறிந்தார். இதையடுத்து உலகெங்கும் ஏலமினியம் பரவத் தொடங்கியது.

மறைந்த முறை :

இன்று கிட்டத்தட்ட நூறு ஆண்டுகள் கழிந்த பின்னரும் மின்வேதியல் பிரிவு முறை அன்றி மற்றொரு முறையில் ஏலமினியம் தயாரிப்பது என்பது சாத்தியமில்லை என்ற நிலை

தான் நிலவுகிறது. ஆனால் ஒரு உண்மை காரணமாக இன்றளவும் விஞ்ஞானிகள் பலரது மூளை இஃது சாத்தியமானது எவ்வாறு என்று குழப்பத்தில் உழல்கிறது. 3ம் நூற்றாண்டைச் சார்ந்த சீனமிலிட்டறித் தலைவர் சாவுசூ என்பவரின் நடுகல்லின் கீழிருந்து எடுக்கப்பட்ட ஆபரணமொன்றில் 85% ஏலமினியம் கலந்த அலாய் கண்டறியப்பட்டது. பலமுறை ஆய்வுக்குப் பின்னர் அந்த ஆபரணம் ஏலமினியம் கொண்டுதான் உருவாக்கப் பட்டதென்பது தெளிவானது. ஆனால் 3ம் நூற்றாண்டில் அது எப்படி சாத்தியம்? மின்சாரம் என்பது செயல்பாட்டுக்கு வராத காலத்தில் மின்னலிடியைக் கொண்டு அதை உருவாக்கும் சாத்தியம் இல்லை. இதனை விளக்கப் பெற ஒரு சாத்தியம்தான் உள்ளது. அந்தக்காலங்களில் ஏலமினியம் தயாரிக்க மற்றொரு முறை இருந்து வந்தது. ஆனால், கால வெள்ளமானது அம்முறையை சுவடின்றி அடித்துச் சென்று போய்விட்டது.

துரேலமின் :

20ம் நூற்றாண்டின் தொடக்கத்தில் ஜெருமன் வேதியாளர் விலம் என்பவர் ஏலமினியம் சார்ந்த அலாய் ஒன்றினை செம்பு, மகனிச்சயம் மற்றும் மாங்கனிஸூ கொண்டு தயாரித்தார். அந்த அலாய் ஏலமினியமை விட கடினமாக இருந்தது. ஆனால் அதை மேலும் கடினமாக உருவாக்கலாம் என்று விலம் எண்ணினார். பல அலாய் மாதிரிகளை சுமார் 600 டிகிரி செல்சியஸ் வரை சூடேற்றிய அவர் பின்னர் அதை நீரில் அமுத்தினார். அதன் விளைவாக வந்த பொருள் மேலும் கடினமாக இருந்தது.

இந்த ஆராய்ச்சியை மேம்படுத்திய அவர் சீக்கிரம் தனது புதிய அலாயை ‘துரேலமினியம்’ என்று பேரிட்டு ஜெருமன் தேச தொழில் நிறுவனத்துக்கு காப்புரிமை பெற்று விற்று காசு பார்த்தார். அத்தகைய அலாய் தொழிற்சாலை அமைந்திருந்த நகரின் பெயர் துரென் ஆகும். ஆகையால் காலப்போக்கில் அப்பொருள் ‘துரேலமின்’ என்று வழங்கப்படலாயிற்று.

சிறகடித்துப் பறக்க வல்லப்பொருள் :

1919ம் ஆண்டு முதல் வானூர்த்திகள் துரேலமின் கொண்டு தயாரிக்கப்பட்டது. அன்று முதல் இப்பொருட்கும், வான் போக்குவரத்துக்கும் ஏற்பட்ட பந்தம் பலமாக ஒன்றிவிட்டது.

‘சிறகுள்ள பொருள்’ என்று ஏலமினியம் நற்பேர் பெற்றது. எனினும் அந்த நாட்களில் துரேல மினியம் அரிதாக இருந் தமையால் பல கனமற்ற வானூர்திகள் மரம் கொண்டு செய்ய பட்டது.

தற்சமயம் இரஷியாவில் பல தொழிற்சாலைகள் ‘சிறகுள்ள பொருள்’ தயாரிக்கின்றன. ஆனால் இப்பொருளுக் கான வரவேற்பு நாள்தோறும் பெருகி வருகிறது. இன்றளவும் வானப் போக்குவரத்துக்காக இப்பொருள் பெருமளவு பயன்பட்டு வருகிறது. ஒரு விமானத்தின் எடையில் 2/3 முதல் 3/4 பங்கு எடையையும், ஒரு ஏவுகணையின் 1/2 எடையையும் ஏலமினியம் வகிக்கிறது.

முதல் இரஷிய செயற்கைக்கோளின் மேற்புறம் ஏலமினியமலாய் கொண்டு செய்யப்பட்டது. அமெரிக்காவின் வேங்கார்த்தி மற்றும் தைத்தான் ஏவுகணைகளின் புறம் ஏலமினியம் கொண்டு தயாரிக்கப்பட்டவை.

குப்பையில் இருந்து முன்னேற்றம் :

நிலவினும் செவ்வாயினும் பாளம் பாளமாக ஏலமினியம் குவிந்திருப்பதாக சில விஞ்ஞானிகள் யூகம் செய்துள்ளனர்.

ஆனால் நமது புவியில் எங்கும் இப்பொருள் கொட்டிக் கிடக்கவில்லை. ஆயினும் புவிவாசிகளான நாம் அதற்கு குறை கூறி புகார் சொல்ல அவசியமில்லை.

இயற்கை வளமாகத்தான் உள்ளது. ஆனால் மனிதன் அதை திறம்பட உபயோகிக்க கற்க வேண்டும். நகரம் உருவாக்கும் குப்பைக் கூளங்களில் இருந்து பல்வேறு பொருட்களைப் பிரித்துப் பகுத்தளிக்க பல்வேறு எந்திரங்களை பொறியாளர் களாக தற்சமயம் செய்து வருகிறார்கள்.

சுருக்கக்கூறின், ஏலமினியம் தொடர்ச்சியாகக் கிடைப் பதில் எந்த 'பிராபலமும்' இல்லை. இந்த சிறகுள்ள பொருளை இன்னும் சீருடன் உற்பத்தி செய்யும் தொழில்நுட்ப அறிவு விஞ்ஞானிகள் மற்றும் பொறியியலாளர்கள் வசம்தான் உள்ளது.

❖

5. தைத்தானியம்

மாறியது பேர் :

தைத்தானியமிடம் ஒரு விண்ணப்பம் தரப்பட்டு "பேர் மாற்றம் ஏதேனும்" என்று அதில் குறிப்பிட்டிருந்தால் அப் பொருள் 1795ம் ஆண்டு வரை தான் மெனாசின் எனத்தான் அறியப்பட்டதாக எழுதித் தரும். அப்பெயரைத் தான் 1791ம் ஆண்டு ஆங்கில வேதியாளர் வில்லியம் கெரக்கர் கண்டறிந்த புதிய பொருளுக்கு அளித்தார். மென்னாசினைட்டு என்ற படிமத்தில் இப்பொருள் அவரால் கண்டறியப்பட்டது. ஆனால் இப்பொருளுக்கு அந்தப்பேர் பிடிக்கவில்லை. ஆகையால் (1795ம் ஆண்டு ஜெருமன் வேதியாளர் கலபிராத் என்பவர் அருட்டைல் என்ற படிமத்தில் மறுமுறை இதைக் கண்டறிந்தார்) முதல் வாய்ப்பு கிடைத்ததும் தன் பெயரை அழகிய பொருள் மிக்க தைத்தானியம் என்று மாற்றிக் கொண்டது. தைத்தன் என்றால் பூமியின் புதல்வன் என்று அர்த்தம்.

சாப்பாடு தயார் :

1908ம் ஆண்டு அமெரிக்க விஞ்ஞானி இரோஸ் மற்றும் நார்வே விஞ்ஞானி பார்த்திரன் ஆகியோர் வெள்ளை நிறம் கொண்ட வண்ணங்கள் தயாரிக்க ஈயம் கொண்ட பொருட்களைவிட தைத்தானியம் தையகைஷடு உபயோகம் செய்யப்பட வேண்டும் என்றனர். ஏனெனில் ஈயமின் வெள்ளையானது நஞ்சு கொண்டது, ஆனால் தைத்தானியம் தையாக்ஸைடு உடல் உயிருக்கு தீங்கற்றது என்று நிரூபிக்கப்பட்டுள்ளது.

மருத்துவத்துறை வரலாற்றில் சுமார் 500 கிராம் தைத்தானியம் தையாக்ஸைடு உண்டு பிழைத்த நபரின் சரிதம் பதிவாகி உள்ளது.

ஒலி வேகம் மேல் வேகம் :

ஒலியை விட வேகமாகச் செல்லும் விமானம் செய்ய எந்த எப்பொருளைப் பயன்படுத்தலாம் என்று விஞ்ஞானிகள் சிந்தித்த போது கைக்கொடுத்த பொருள் தைத்தானியம்தான், சமீபத்தில் மேற்கத்திய பத்திரிகை ஒன்று ஒலியை மிஞ்சும் வேகம் கொண்ட 'கருப்புப் பறவை' என்ற மணிக்கு 3200 கிலோ மெட்ரிக் தூரம் செல்லும் விமானத்தை அமெரிக்கப் பொறி யாளர்கள் தயாரித்துள்ளனர் என்று செய்தி வெளியிட்டது. இந்த விமானத்தின் கட்டுமானம் தைத்தானியம் கொண்டு செய்யப் பட்டது. உலகின் முதலாவது பயணிகளுக்கான ஒலியைவிட வேகம் செல்லும் விமானமான இரஷியாவின் தியு - 144 லிலும் முக்கியக் கட்டுமானப் பாகங்கள் தைத்தானியம் கொண்டு செய்யப்பட்டுள்ளன.

அரிப்புக்கு ஆப்பு :

அரிப்புக்கு எதிராக தைத்தானியம் குறிப்பிட்டு கூறுமளவு செயலாற்றுகிறது. 10 ஆண்டு காலம் கடலடியில் மூழ்கி இருந்த தைத்தானியம் தகடு துருப்பிடிக்கும் சுவடு எதையும் காண்பிக்க வில்லை. 10 ஆண்டுகள் போன்ற சிறிய காலம் எல்லாம் தைத்தானியமுக்கு தூசு போன்றதுதான். ஒரு கணக்கீட்டின்படி 1000 ஆண்டுகட்கு முன்பு அஃதாவது இரஷியாவில் உள்ளோர் எல்லாம் கிறித்துவ மதம் கொண்டு மாறிடத் தொடங்குகையில் தைத்தானியம் தகடு ஒன்று கடல்நீரில் மூழ்கி வைக்கப் பட்டிருந்தால் இன்றளவிலும் அரிப்பு 0.02 மில்லி மெட்ரிக் களவுக்கு மிகாது இருக்கும். இப்படிப்பட்ட அருங்குணங் களினால் தான் நீரடியில் செல்லும் வாகனங்கள் மற்றும் விமான வடிவமைப்பாளர்கள், வேதியலாளர்கள் கவனம் தைத்தானியம் நோக்கித் திரும்பியுள்ளது.

மின் எதிர்ப்பாற்றல் :

காந்த வசம் ஆகாமல் இருப்பது தைத்தானியம் கொண்டுள்ள மற்றும் ஒரு நற்குணம் ஆகும். இதன் காரணமாக தொழில்நுட்பத்தின் பல துறைகளில் தைத்தானியம் பயன் படுத்தப்படுகிறது. தைத்தானியம் உயரிய மின்சார எதிர்ப்பு ஆற்றல் கொண்டுள்ளது.

வெள்ளி 100% மின்சாரம் தாங்கிச் செல்லும், செம்பு - 94%,

ஏலமினியம் - 55%, இரும்பு = 2% ஆனால் தைத்தானியம் வெறும் 0.3% தான் மின்சாரம் தன்னுள் பாய அனுமதிக்கின்றது. இத்தன்மை காரணமாக மின்பொறியியல் பரவலாக தைத்தானியமைப் பயன்படுத்துகிறது.

அரிதன்று :

மிகச்சமீப காலம் வரை சுத்தமாக எவ்வித அடிப்படையும் இன்றி தைத்தானியம் அரிதானப் பொருள் என்று நம்பப்பட்டது. (இப்பொழுதுகூட சிலசமயம் அவ்வாறு கருதப்படுகிறது). உண்மையில் சில பொருட்கள்தான் இயற்கையில் பரவலாக காணப்படுகிறது. உலகில் உள்ள தைத்தானியம் புவியில் உள்ள பல பொருட்களான செம்பு, ஜிங்க், ஈயம், பொான், வெள்ளி, பீலாதினம், குரோமியம், துங்கஸதென், பாதரசம், மாலிப தெனம், பிசுமசத், ஆண்டிமணி, நிக்கெல் மற்றும் தகரம் ஆகியவற்றை கட்டிச் சேர்த்தால் கிடைக்கும் பொருளை விட பல மடங்கு அதிகமாகும். ஆனால் வேடிக்கையாகச் சொல்வது என்றால் அரிது என்ற சொல்லுக்கும் தைத்தானியமுக்கும் உறவு இல்லாமல் இல்லை. இப்பொருள் இல்லாத மலைப்பாறை அரிது என்று கூறலாம். (ஆய்வு செய்யப்பட்ட 800 மலைப்பாறைகளில் 784 மலைப் பாறைகள் தைத்தானியம் உடைத்திருந்தன).

பித்தா தைத்தானியம் சூடி :

அமெரிக்க விண்கலம் ஏப்பாலா மற்றும் இரஷ்ய விண்கலம் இனுனா ஆகியவை நிலாவில் இருந்த சில கற்களை பூமிக்கு எடுத்து வந்தன. அச்சமயம் அந்தக் கற்களில் கணிசமான அளவு தைத்தானியம் ஆக்ஸைடிருக்கும் என்று சில விஞ்ஞானிகள் கூறினர். பரிசோதனைகளில் விஞ்ஞானிகள் கூறியது உண்மை தான் என்று கண்டறியப்பட்டது. யார் கண்டார், இனி வரும் காலங்களில் நிலவில் முதல் தைத்தானியம் தோண்டி எடுக்கப் பட்டு சுரங்கம் அமைத்துவிட்டதாக செய்தி வரலாம்.

6. வேணடியம்

விபத்து விளைத்தது :

"வேணடியம் மட்டும் இல்லாது இருந்தால் வாகனமும் இல்லாமல் போயிருக்கும்" என்றார் மோட்டார் மன்னன் ஹென்றி போர்த்தி. 1905ம் ஆண்டு ஒரு பெரிய மோட்டார் பந்தயத்தைக் காண ஹென்றி போர்த்தி சென்றிருந்தார். பந்தயங் களில் நிகழ்வதுபோல அதில் வாகன விபத்து ஏற்பட்டது.

நொறுங்கிய பிரான்சு நாட்டு வாகனம் ஒன்றின் பாகத்தை ஹென்றி போர்த்தி பொறுக்கி எடுத்தார். கனமற்றதும், கடினமுள்ளதாகவும் இருந்த அந்தப் பாகத்தை பரிசோதனைக்கு அனுப்பி வைத்தார். அந்த அசாதாரண எஃகுப் பாகம் வேண்டியம் கொண்டிருப்பதாக அறிந்தார். பிறகு தான் தயாரிக்கும் வாகனங்களின் பாகங்களிலும் வேணடியம் கலந்தார்.

பலமாகத் தட்டுங்கள் திறக்கும் :

மோட்டார் வாகனத்தில் புதுமை மலரக் காரணமாய் அமைந்த வேணடியம் என்பது என்ன? இவ்வாறு தான் பிரபல ஷெவிடிஷ் வேதியாளர் பெற்செலியஸ் அப்பொருள் கண்ட றியப்பட்ட வரலாற்றை விளக்குகிறார். (கற்பனை தான்!)

நெடுங்காலம் முன்பாக வடநாட்டில் வேணடிஸ் என்று எல்லாரும் போற்றும் இறைவி வாழ்ந்து வந்தாள். ஒரு தினம் அவள் அரியணையில் ஒய்யாரமாக ஓய்வு எடுத்துக் கொண்டி ருக்கும் சமயம் அவளது வாயிற்கதவு தட்டப்படும் ஒலியைக் கேட்டாள். 'அவன் மறுபடியும் தட்டட்டும்' என்று தனக்குள் நினைத்துக் கொண்டாள். ஆனால் மறுபடி கதவு தட்டப்பட வில்லை. யாரோ வந்த வழியே திரும்பி செல்லும் ஒலி கேட்டது. ஆகையால் இறைவி ஆர்வமானாள், "யாரந்த கண்ணியம் தவறாத கனவான்?" ஜன்னலைத் திறந்து வீதியை பார்த்தார். ஓலர் என்ற வேதியாளர் தனது அரசவையை விட்டு அவசரமாக நீங்கக் கண்டாள்.

சில தினங்கட்குப் பிறகு மறுபடியும் தனது வாயிற்கதவு தட்டப்படும் ஒலியைக் கேட்டார். இம்முறை இடைவிடாமல் கதவு தட்டப்பட்டு கொண்டிருந்தமையால் தனது அரிய ணையை விட்டிறங்கி வாயிற்கதவைத் திறந்தார். அவர்முன் கட்டிளம் காளையான நிற்செபசதிராம் என்பவர் நிற்கக் கண்டார். இருவரும் கண்டதும் காதல் கொண்டனர். அவர்கட்கு அழகிய ஆண் மகவு பிறந்தது. அக்குழந்தைக்கு வேணடியம் எனப் பேரிட்டு இன்பம் எய்தினர். அப்பொருள் தான் 1831ம் ஆண்டு கண்டறியப்பட்ட வேணடியம். ஆனால் இந்தக் கற்பனைக் கதையில் ஒரு சொற்குற்றம் உள்ளது. வேணடிஸ் என்ற இறைவியின் கதவை முதலில் தட்டியது ஜெருமன் வேதியா லாளர் ஓலர் அல்ல மெக்ஷகன் ஆராய்ச்சியாளர் ஆண்டரெஸ் தெலரியோ என்பவ ராவார். ஓலருக்கு வெகு காலம் முன்பு 1801ல் காய்ந்த மஞ்சள் நிறமுள்ள ஈயமின் படிமங்களை ஆய்ந்த அவர் அறியப்படா பொருள் ஒன்று அதிலிருப்பதாக ஐயம் கொண்டார்.

ஆனால் தனது கண்டறிவை தெலரியோ விஞ்ஞானம் ஏற்கும் வகையில் நிரூபிக்கவில்லை. 1802ல் தான் கண்ட பொருள்

சற்று முன்பு விஞ்ஞானிகள் கண்டறிந்த குரோமியம்தான் என்று பிழையாக கருதினார். இதே தவறைத் தான் இறைவி வேணடிஸ் அவர்களின் வாயிற்கதவைத் தட்டிடாமல் தடவிக் கொண்டிருந்த ஓலரும் செய்தார்.

இதெல்லாம் அரங்கேறி 30 ஆண்டுகட்கு பின்னர் தான் வேணடியம் அதன் இரண்டாம் பிறப்பைக் கண்டது. அச்சமயம் ஷெவிடிஷ் வேதியாளர் நிற்செபசதிராம் என்பவர் தான் புதிதாய் பிறந்த மழலையில் தொட்டில் முன்பு பெருமையாய் நின்றவர்.

இனி உண்மைக் கதை!

இரும்புச் சுரங்கங்களில் இருந்து பெறப்பட்ட மாதிரிகளை ஆய்வுசெய்த சமயம் ஷெவிடிஷ் விஞ்ஞானி நிற்செபசதிராம் கண்டறிந்த பொருள் 'வேணடியம்' என்று பெயரிடப்பட்டது.

ஆகையால் புதிய பொருளுக்கு 'தெய்வத் தந்தை'யாக தெலரியோ அல்லது ஓலர் ஆகிய இருவருக்கும் விதி இல்லாமல் போனது. நிற்செபசதிராம் பெற்ற வெற்றியை அடுத்து ஓலர் தன் நண்பருக்கு கடிதம் எழுதினார். 'நான் ஒரு முட்டாள் கழுதை ஆகையால் ஈயமுள்ள சுரங்கப் பொருள் புதிது என்று கவனம் இல்லாமல் இருந்துவிட்டேன். பெற்செலியஸ் உறைக்கும்படி ஏளனமாக நான் இறைவி வேணடிஸ் வாயிற்கதவை எப்படி கடாக்ஷமின்றி, பலமின்றி தட்டிடாமல் தடவினேன்' என்பது உண்மைதான்.

உற்பத்தியும் உபயோகமும் :

வேணடியம் நெடுங்காலம் எந்தத் தொழிலிலும் உபயோகம் காணவில்லை. 1907ம் ஆண்டு உலகம் 3 டன்கள் வேணடியம் மட்டும் உற்பத்தி செய்தது. ஆனால் 1 கிலோ வேணடியம் 50000 பொன்னுக்கு விற்பனை செய்யப்பட்டது. இதற்குக் காரணம் புவியில் 0.2% வேணடியம் இருந்தாலும் இப்பொருள் எங்கும் குவிந்து காணப்படவில்லை என்பதாகும்.

சிறிதளவு வேணடியம் கலந்த எஃகுடன் செய்யப்பட்ட வாகன பாகங்கள் நீடித்து உழைக்கின்றன. இதன் காரணமாக தான் ஹென்றி போர்த்தி வேணடியமை மிக உயர்வாக கருதினார். இப்படிப்பட்ட நற்காரணங்களினால் தான் கல்வியாளர் பெரிசமேன் சொன்னார், "எஃகு மற்றும் இரும்புக்கு வேணடியம்

அளிக்கும் ஆற்றல் நம்பமுடியாத அளவுக்கு பெரிது. அவற்றை கடினமாக, உறுதியாக, வலிமையாக, மீட்புடையதாக மற்றும் அழிவற்றதாக ஆக்குகிறது."

பன்றி பருக்க :

பன்றிகளுக்குக் கூட வேணடியம் அளித்து சோதனை மேற்கொள்ளப் பட்டது. அருஜெண்டீனா நாட்டில் பன்றிகட்கு அளிக்கப்படும் உணவில் வேணடியம் அளிக்கப்பட்டது. அதை உண்டிட்ட பன்றிகள் பசியால் தூண்டப்பட்டு வெகு விரைவில் எடை கூடின.

அமெரிக்காவில் எலிகளுக்கு வேணடியம் அளித்து சோதிக்கப் பட்டது. வேணடியம் உண்ட எலிகள், வேணடியம் உண்ணா எலிகளைவிட அதிகம் கொழுத்தன.

பல உயிர்த் திசுக்களுக்கு வேணடியம் அவசியம் என்று அறியப்படுகின்றது. முட்டை, கோழி இறைச்சி, பசும்பால், விலங்கு ஈரல் மற்றும் மனித மூளையில்கூட வேணடியம் உள்ளது.

இயற்கையில் இருந்து பெருமளவில் வேணடியம் எடுக்க மனிதன் கற்க வேண்டும். அப்படி இயலும்பட்சத்தில் இயற்கையின் வற்றாத, அதேசமயம், கட்டுக்காவலுடைய 'சேமிப்புக் கிடங்கு' கதவுக்கு திறவுகோல் கிடைத்துவிடும்.

❖

7. குரோமியம்

இரகசிய X :

இரஷிய பொருட் கை ஏடுகளில் பலவிதமான எஃகு தரப் பிரிவுகள் உள்ளன. அவற்றின் பொதுவானதொரு சின்னமாக X உள்ளது. X18HOT, X12M போன்றவை. பாமரர்களுக்கு இஃது புரியாத புதிர். ஆனால் ஒரு எஃகுத் தொழிலாளர் பார்வையில் இஃது உரித்த வாழைப்பழம் போன்று எளிதானது. மேலோட்ட

மாக படித்தால்கூட அவரால் இதனைப் புரிந்து கொண்டு விட இயலும். அவை எல்லாம் குறிப்பிட்ட அளவு குரோமியம் கொண்டுள்ளன என்று குறிக்கப்பட்டுள்ளது. இரஷிய பாஷையில் Cr என்ற ஆங்கிலப் பதத்துக்கு ஈடாக X என்பது குரோமியம் என்று குறித்திட பயன்படுத்தப்படுகிறது.

குரோமியம் பேர்பெற்ற கதை :

1770களில் கல்வியாளர் பி.எஸ்.பல்லாஸ் 'சைபெறிய செவ்வீயம்' என்ற பொருளுடைய 'குரோசைட்டு' என்ற

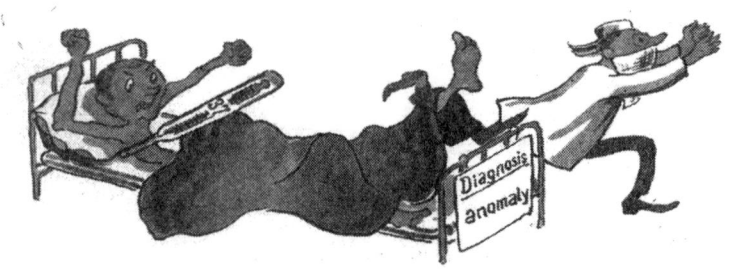

படிமத்தைக் கண்டார். அதன் மாதிரி ஒன்றை பாரீஸ் நகருக்கு எடுத்து வந்தார். 1796 பிரபல பிரஞ்சு வேதியாளர் வேயுங்கு யெலின் என்பவர் அப்படிமத்தை வேதியல் ஆய்வு செய்தார். 1797ம் ஆண்டு அப்படிமத்தை மறுபடியும் வேயுங்குயெலின் வேதியல் ஆய்வு செய்தார். அப்பொழுது சாம்பல் நிறத்தில் ஊசி போன்ற புதிய பொருளை ஈட்டினார். அச்சமயம் வேயுங்கு யெலின் நண்பர் அப்புதிய பொருளுக்கு கிரேக்க பாஷையில் நிறம் என்றால் குரோமா என்றும் அப்பெயரை புதிய பொரு ளுக்கு சூட்ட வேண்டும் என்றும் ஆலோசனை கூறினார். ஏனெனில் அதனைக் கொண்டு உருவாக்கப்படும் பொருட்கள் பிரகாசமான வண்ணம் கொண்டிருந்தது.

முதலில் வேயுங்குயெலினுக்கு புதிய பொருளை 'குரோமியம்' என்று அழைப்பதில் விருப்பமில்லை. ஏனென்றால் அப்பொருள் வெளிர் சாம்பல் நிறம் கொண்டு இருந்தது. ஆனால் அப்புதிய பெயரை ஏற்குமாறு அவரது நண்பர்கள் அவரை நச்சரித்தனர். ஆனால் அப்பொருளின் பெயரை பிரான்சு விஞ்ஞான சங்கம் அதிகாரபூர்வமாக பதிவு செய்துவிட்டது. இதையடுத்து உலகமெலாம் உள்ள விஞ்ஞானிகள் பட்டியலில் 'குரோமியம்' என்ற பேர் அறிமுகம் பெற்றது.

இராவண கங்கை :

பேருக்கு ஏற்றதுபோல் கண்ணாடிக்கு சாயம் ஏற்றவும், ஜவுளித் தொழிலிலும் குரோமியம் பயன்படுத்தப்படுகிறது.

ஒவ்வொரு மாலைப் பொழுதும் கிறெமலினில் மாணிக்க நக்ஷத்திரங்கள் சுடர்விட்டு மாசுகோ நகரின் வானத்தை எழிலூட்டுகின்றன. அரிய கற்களைப் பொறுத்தவரை

வயிரத்துக்கு அடுத்தபடியாக மாணிக்கம் உள்ளது. பழங்கால பாரத இதிகாசங்கள் மாணிக்க மின்கல் என்பது ஆண்டவர்களின் இரத்தத் துளிகள் என்று கருதப்படுகிறது. அதன் தோற்றம் இவ்வாறுதான் கூறப்படுகிறது.

"கனத்த இரத்தத் துளிகள் நதியில் விழுந்தன, அந்த நதி இராவண கங்கை என்றழைக்கப்பட்டது. இரத்தம் மாறுதலடைந்து மாணிக்கம் என்ற கல்லாகி பிரகாசித்தது. அந்தி மயங்கத் தொடங்கியதும் நீரில் உள்ளிருந்த அக்கற்கள் அதன் வெப்பமான கதிர்களாய் தண்ணீரைக் கிழித்தபடி ஒளிரத் தொடங்கின."

இன்றைய காலத்தில் அழகிய செந்நிற கற்களை உருவாக்குவது எளிதாகி விட்டது. அதற்காக வேண்டி ஆண்டவர்கள் தங்கள் புனித இரத்தத்தை பூமியில் சிந்தவேயில்லை.

முடிவுரை :

குரோமியம் பற்றிய இச்சிறுகதையை மூட்டை கட்டும் முன்பு ஒரு தகவல். 1967ம் ஆண்டு இரஷ்ய அறிஞர் யெம்மெல்ல யேனோவ் என்பவர் எழுதினார்.

"இரண்டு ஆண்டுகளுக்கு முன்பு நம் நாட்டில் (ஐயகோ) யாரும் கண்டுகொள்ளாத செய்தி ஒன்றினை கேட்டேன். நம் நாடு பிரிட்டனுக்கு குரோமியம் ஏற்றுமதி செய்துள்ளது என்பதுதான்" அச்செய்தி. தொழில்நுட்ப முன்னேற்றத்தில் நாம் பிரிட்டனைத்தான் முன்மாதிரியாகக் கொண்டுள்ளோம். ஆனால் இப்பொழுது பிரிட்டன் நம்மிடம் குரோமியம் வாங்குகிறது. பிரிட்டனுக்கு தாங்கள் என்ன செய்து கொண்டிருக்கிறோம் என்பது அறியாமலிருக்க வாய்ப்பு இல்லை!

அலாய்கள் :

நிக்கரோம் - நிக்கல், குரோமியம் மற்றும் இரும்பு ஆகியவற்றின் அலாய்கள் நல்ல வெப்பம் தாங்கிகளாக உபயோகப்படுத்தப்படுகின்றன. கோபாலத்து, மாலிபாதனம், மற்றும் குரோமியம் ஆகியவற்றின் அலாயான கோமோ குரோமியம் மனித உடலுக்குத் தீங்கற்றது. ஆகையால் மாற்றுறுப்பு மருந்தாளுகையில் பயன்படுத்தப்படுகிறது.

எங்கெங்கு? :

ரஷ்யாவைத் தவிர துருக்கி, தமிழ்நாடு, புதிய காலி தானையா, கியூபா, கீரிஸ் மற்றும் சில ஆப்பிரிக்க நாடுகளில் குரோமியம் இல்லை. இதுபோல வளர்ச்சி அடைந்த சில நாடுகளில் குரோமியம் இல்லை. பிரிட்டன், பிரான்ஸ், ஷெவிடன், ஜெர்மனி, இத்தாலி, நார்வே ஆகியவற்றில் இப் பொருள் காணப்படவில்லை. பொதுவாக, இப்புவிப் பரப்பில் 0.02 சதவீதம் குரோமியம் உள்ளது என்று அறியப்படுகிறது.

தொழில் :

தொழில்துறையில் குரோமைடுகள் தோல் பதனிடுதலில் உபயோகிக்கப்படுகின்றன. தோல் மின்னவும், நன்குழைக்கவும் அவை பயன்படுகின்றன. குரோமியமால் பதம் செய்யப்பட்ட தோற்பைகள், செருப்புகள் உலகெங்கும் பிரபலமாக விளங்கு கின்றன.

❖

8. மாங்கனிஸ்

சுத்தம் :

மாங்கனிஸூ அமைந்துள்ள முக்கிய படிமம் பிராலுசைத்து என்பதாகும். பண்டைய காலத்தில் இருந்து இப்படிமத்தை ஜனங்கள் அறிந்துள்ளனர். வெசுவியஸூ எரிமலை குமுறியதால் உயிரிழந்த கி.மு.1. நூற்றாண்டைச் சார்ந்த பிளினி தெ எளதர் என்பவர் இக்கருப்பு நிற பொடியால் கண்ணாடியை பிரகாசிக்க வைக்க இயலும் என்று எழுதி உள்ளார்.

பிறகு 1540ல் வானாகியா என்ற இட்டாலி தேச விஞ்ஞானி மற்றும் பொறியாளர் சுரங்கம் மற்றும் பொருளியல் குறித்த தனது கலைக்களஞ்சிய ஏட்டில் பிராதெக்கெனியா என்ற தலைப்பில் குறிப்பிடுவதாவது : கண்ணாடி போன்ற பொருட்கள் அதனுடன் கூட்டப்பட்டால் அவை அழகிய காயாம்பூ நிறம் பெறுகின்றன. இதற்கு முக்கியத் தன்மை ஒன்று உண்டு. இளகிய கண்ணாடியுடன் இணைந்தால் அதை சுத்தம் ஆக்கி பச்சை அல்லது மஞ்சள் நிறம் போக்கி வெண்மையாக ஆக்குகிறது.

கிரேக்க பாஷையில் மாங்கனிஸூ என்றால் சுத்தமாக்கு தல். அதிலிருந்து இப்பெயரை இப்பொருள் பெற்றது. திட்ட

வட்டமாக மாங்கனிஸை என்ற பொருள் ஷெவிடிஷ் அறிஞர் ஜே.காண் என்பவரால் 1774ம் ஆண்டு கண்டறியப்பட்டது.

ஹேதிபெயலது எஃகு :

1882ம் ஆண்டு மாங்கனிஸை வரலாற்றில் ஒரு திருப்பு முனையை உண்டாக்கியது. இராபெர்த் ஹேதிபெயலது என்பவர் 13% மாங்கனிஸை கொண்ட எஃகு தயாரித்தார். 1878ல் 19 வயது உடைய பொருளாளரான ஹெபெயலத் என்பவர் இரும்புடைய அலாய்ப் பொருட்கள் குறிப்பாக இரும்பு மாங்கனிஸ் அலாய் பொருளைப் பயின்றார். அதன்பிறகு 4 ஆண்டுகளில் ஹேதிபெயலது தனது குறிப்பேட்டில் பின்வருமாறு எழுதினார். “எஃகு கடினமாகவும், அதேசமயம் விரிசலில்லாமல் வளையும் தன்மையும் கொண்டிருக்க நான் பரிசோதனைகள் செய்யத் தொடங்கினேன். அதன் முடிவுகள் முக்கியமானவை. தற்சமயம் இரும்புடைய அலாய்கள் பற்றி பொருளாளர்கள் கொண்டுள்ள கருத்தை மாற்றிடவும் வல்லவை!”

ஹேதிபெயலது தயாரித்த எஃகு வலிமையுடன் இருந்த காரணத்தால் பாதுகாப்பு பெட்டகங்கள் மற்றும் பூட்டு தயாரிக்கும் நிறுவனங்கள் மிகுந்த நாட்டத்துடன் அதை பயன்படுத்த தொடங்கினர்.

மாங்கனிஸ் மணி :

மாங்கனிஸை மற்றொரு முக்கிய தன்மையும் கொண்டுள்ளது. ஊசல்களினால் உண்டாகும் ஆற்றலை ஒலியாக மாற்றாமல் தன்வசம் ஈர்த்துக் கொள்வதுதான் அத்தன்மை. மாங்கனிஸை கொண்டு ஒரு மணி வார்க்கப்பட்டால் அதனால் எந்தப் பயனும் இருக்காது. கணீரென்ற நீண்ட மணியொலிக்கு பதிலாக மாங்கனிஸை மணி அட்டைப் பெட்டியை மரக்குச்சியால் தட்டியதுபோல சத்தத்தைத்தான் ஏற்படுத்தும்.

மணியை பொருத்தமட்டில் இது குறைபாடாக கருதப் பட்டாலும் வண்டிச்சக்கரங்கள் போன்ற பேரிரைச்சலை உண்டாக்கும் பாகங்கள் தயாரிப்பில் ஒலியால் உண்டாகும் தீங்கினை மட்டுப்படுத்துகிறது. மிக்க அமைதியான அலாய்கள் 70% மாங்கனிஸைம் 30% செம்பும் கொண்டவை. இதில் சில எஃகுக்கு வலிமையில் சளைத்தவை அல்ல.

மற்றொரு நாட்டமான விஷயம் யாதெனின் காந்தத் தன்மை அற்ற மாங்கனிஸஂ மற்றும் செம்பு ஆகிய இரு பொருட்களும் கலந்து அலாய் ஆகும்போது காந்த வயப்படுகின்றன.

நீரிலும் நிலத்திலும் :

பிற பொருட்களைப் போன்று மனித மற்றும் தாவர வளர்ச்சிக்கு மாங்கனிஸஂ இன்றியமையாத தேவை ஆகும்.

பொதுவாக, இப்பொருள் உயிர் வாழினங்களில் பல்லாயிரத்தில் ஒரு பங்குக்கு மிகாமல் உள்ளது. ஆனால் சில விலங்குகளும், தாவரங்களும் மாங்கனிஸில் அதிக நாட்டம் கொண்டுள்ளது. உதாரணமாக எறும்புகள் 0.05% மாங்கனிஸ் கொண்டுள்ளன. கடற்பாசி 1% மாங்கனிஸஂ கொண்டுள்ளது. நுண்ணுயிர்களில் மாங்கனிஸஂ பல சதவீதம் அதிகமாக தேவைப்படலாம். மனிதனுக்கு தினமும் 3 முதல் 5 மில்லிகிராம் மாங்கனிஸஂ தேவைப்படலாம். மனித இரத்தத்தில் 0.002 - 0.003% மாங்கனிஸஂ உள்ளது.

பல்லாண்டு ஆயிரம் காலம் பழமையான சுறாவின் எலும்புக் கூடு ஆராய்ச்சியாளர்களிடம் அகப்பட்டது. அதன் பற்கள் ஆண்டுகள் பல ஆனாலும் நல்ல நிலைமையில் காணப்பட்டது. ஆனால் அப்பற்கள் மீது இரும்பு மற்றும் மாங்கனிஸஂ படிந்திருப்பது கண்டுபிடிக்கப்பட்டது. இதையடுத்து கடலில் மாங்கனிஸஂ உள்ளதா என்று ஆய்வு மேற்கொள்ளப்பட்டது. அதன்படி பசிபிக் கடலில் மட்டும் 100 ஆயிரம் மில்லியன் மெட்டிர்கெடை மாங்கனிஸஂ இருப்பது தெரிய வந்தது.

❖

9. கோபாலது

பாராசெற்சுஸ் செய்யும் அற்புதம் :

*16*ம் நூற்றாண்டில் வாழ்ந்த பிரபல வேதியாளரும் மருந்தாளூரமான பாராசெற்சுஸ் என்பவர் கூட்டத்தினர் முன்பு வெற்றிகரமான ஒரு வித்தையை செய்து காட்டுவாராம். அவர் முதலில் திரண்டிருக்கும் ஜனங்கள் முன்பாக பனிபடர்ந்த நிலப்பரப்பு ஓவியத்தைக் காண்பிப்பார். எவ்வளவு நேரம் வேண்டுமானாலும் அந்த ஓவியத்தை மெச்ச அக்கூட்டத்தினரை அனுமதிக்கும் அவர் பின்பு தொடாமலேயே ஓவியம் காட்டும் குளிர்ப்பனிக்காலத்தை கோடைகாலமாக மாற்றுவார். வெள்ளைப்பனி படர்ந்த மரங்களும், நிலமும் மாறி பச்சைப் பசேல் புல்வெளியாகும்.

இஃது அற்புதம் தானா? நாமறிந்த வரை இவ்வுலகில் அற்புதம் நிகழ்வது இல்லை. அந்தப் பரிசோதனையின் மந்திரவாதி வேதியல்தான். சாதாரண வெப்பநிலையில் நிக்கெல் அல்லது இரும்பு குலோரைது அடங்கிய கோபாலத்து குலோரைத் திரவம் நிறமற்றது. ஆனால் சூடு ஏற்றப்பட்டால் அல்லது காய்ந்துவிட்டால் அஃது எழின்மிக்க பச்சை நிறம் கொண்டு விடுகிறது. இப்படிப்பட்ட திரவத்தைத்தான்

பாராசெற்சுஸ் தனது ஓவியத் திரையில் தீட்டினார். கூட்டத்தினர் கவனிக்காத சமயமாக பார்த்து விஞ்ஞானி ஓவியத் திரையின் பின்புறம் மெழுகுவர்த்தி ஏற்றுவார். உடன் பருவ மாற்றம் நிகழத் தொடங்கும். ஆனால் பாராசெற்சுஸ் போன்ற அறிஞரால்கூட அக்காலத்தில் தனது வண்ணக் கலவை கொண்டுள்ள பொருட்களை பகுத்துக் கூற இயலவில்லை.

களிநடம் :

*1735*ம் ஆண்டு ஷெவிடிஷ் வேதியாளர் ஜி.பிராண்டிதி என்பவர் ஆராய்ந்த படிமம் புதிய பொருள் கொண்டிருப்பதாக அறிந்தார். அவர் ஆராய்ந்த படிமத்தின் பெயரையும் அதிலிருந்த புதிய பொருளையும் கொண்டு இரஷிய விஞ்ஞானி ஜி.ஜே.கிஷ் என்பவர் அதற்கு கோபாலத் என்று பேரிட்டார்.

அச்சமயம் கோபாலத்துக்குள்ள நெருங்கிய வேதியல் உறவுப் பொருள் நிக்கெல் கண்டறியப்பட்டுவிட்டது. இவ்விரண்டு பொருட்களையும் சுத்தமாக எவ்வாறு பிரித்தெடுப்பது என்று விஞ்ஞானிகள் சிந்தித்துக் கொண்டிருந்தனர்.

மிகச் சிக்கலான இவ்வேதியல் வினாவுக்கான விடையை எதிர்ப் பாரா விதமாக ஒரு விலங்கு மருந்தாளுனர் சாரலெஸ்ஸூ ஆசுகின் என்பவர் கண்டறிந்தார். *1834*ம் ஆண்டு நிக்கெல் மற்றும் அதன் அலாய் பொருட்களில் ஆசுகின் நாட்டம் கொண்டார். மூலப்பொருட்களில் இருந்து நிக்கெலைப் பிரிக்க அவர் முயற்சி மேற்கொண்டார். ஆனால் அதில் கோபாலத்தும் கலந்திருந்தது. கோபாலத்து என்பதை எப்படி பிரிப்பது என்று அறியாத அவர் அது

குறித்து உள்ளூர் வேதித் தொழிற்சாலை முதலாளியான பென்சன் என்பவரிடம் ஆலோசனைக் கேட்டார். பண்டபாத்திர உற்பத்திக்காக பென்சனுக்கு கோபாலத்து தேவையாக இருந்தது. ஆனால் இரண்டு பொருட்களையும் பிரிக்கும் வழியை பென்சன் அறியவில்லை. சற்று சிந்தித்த இரண்டு ஆராய்ச்சியாளர்களும் குலோரின் கலந்த சுண்ணாம்பு கொண்டு இரு பொருட்களையும் பிரித்து விட தனித்தனியே சோதனை செய்வதாக முடிவு எடுத்தனர்.

பென்சனிடம் போதுமான அளவு குலோரினுள்ள சுண்ணாம்பு இருந்தது. ஆனால் வெற்றிக்கான நேரம் கனியாத காரணத்தால் அவர் முயற்சி தோல்வியைத் தழுவியது. ஆனால் ஆசுகின் வசம் பரிசோதனைக்கு தேவையான குலோரினுள்ள சுண்ணாம்பு பாதியளவு தான் இருந்தது. தனது போதாத காலத்தை நொந்தபடி ஆசுகின் சோதனையைத் தொடர்ந்தார். கெட்ட காலத்திலும் ஒரு நல்ல காலம் என்பது போல தோல்வியின் விளிம்பில் இருந்த அவருக்கு நல்ல சகுனமாக வெற்றி கிடைத்துவிட்டது. அவரது பரிசோதனை எதிர்பார்த்த விளைவை தந்து விட்டதால் மகிழ்ச்சியில் துள்ளிக் குதித்து களிநடம் புரிந்தார். ஆக்ஸைடாக கோபாலத்து பிரிந்துவிட்டது. போதுமான குலோரினுள்ள சுண்ணாம்பு இல்லாத காரணத்தால் நிக்கெல் கரைசலில் தங்கி விட்டது. இதையடுத்து ஆசுகின் முறை சற்று மேம்படுத்தப்பட்டு இன்றளவும் தொழிற்சாலைகளில் பரவலாக வேதியலுறவு கொண்ட பொருட்களை பிரிக்க உபயோகிக்கப்படுகிறது.

கூரிப்புள்ளி :

காந்தத் தன்மையுள்ள மூன்று பொருட்கள் - இரும்பு, நிக்கெல் மற்றும் கோபாலத்து. இதில் கோபாலத் தான் உயரிய கூரிப்புள்ளி உடையது. அஃதாவது அந்த வெப்பநிலைக்குப் பிறகு அப்பொருள் காந்தத்தன்மையை இழந்து விடுகிறது. நிக்கெலை பொருத்தமட்டில் கூரிப்புள்ளி வெகு குறைவாக 358 டிகிரி செல்சியஸ் உள்ளது. இரும்புக்கு 770 டிகிரி செல்சியஸ், கோபாலத்துக்கு 1130 டிகிரி செல்சியஸ். காந்தங்கள் பல தரப்பட்ட உயர்வெப்ப நிலையில் உழைக்க வேண்டி இருப்பதால் காந்த எஃகுகளில் மூலப்பொருளாகும் விதி கோபாலத்துக்கு வாய்த்துள்ளது.

கேன் சோதிப்பு :

இதுவரை நாம் சாதாரண கோபாலத்து கொண்ட தன்மைகளைக் குறித்துப் பேசி வந்தோம், ஆனால் 1934ம் ஆண்டு மிகச் சிறந்த பிரெஞ்சு விஞ்ஞானிகள் பிரெதிரிக்கு மற்றும் ஜாலியாத்து கூரி கண்ட செயற்கை கதிரியக்கம் என்ற தனிச் சிறப்புத் தன்மை உள்ள பொருட்களை காண்போம். கோபாலத்தைப் பொறுத்தவரை இதற்கு 12 கதிரியக்கப் பொருள் வகை உண்டு. இவற்றில் கோபாலத்து - 60 பரவலான பயன்பாட்டைப் பெற்றுள் ளது. அதன் கதிர்கள் மிகுந்த ஊடுருவும் ஆற்றலைக் கொண்டுள் ளது. கதிரியக்க ஆற்றலைப் பொறுத்தவரை 17 கிராம் கதிரியக்க கோபாலத்து கொண்டுள்ள ஆற்றல் ஒரு கிலோ இரேதியமுக்கு நிகரானது. இதன் காரணமாகத்தான் கோபாலத்தின் கதிரியக்க வகைப்பொருள் தயாரிப்பு, சேமிப்பு மற்றும் போக்குவரத்தில் கடும் பாதுகாப்பு நடவடிக்கைகள் மேற்கொள்ளப்பட்டு உயிருக்கு ஊறுவிளை விக்கும். அதன் கதிர்களில் இருந்து ஜனங்கள் காக்கப்படு கின்றார்கள்.

சாதாரணக் கோபாலத்து கதிரியக்கம் பெற்றதாக மாற்றப்பட்ட பின்பு அவற்றை பூதத்தைப் புட்டியில் வைத்து அடைத்தது போல சிறப்பான கொள்கலன்களில் "பாட்டி லிங்கப்" செய்கிறார்கள். இவை காண்பதற்கு சாதாரண பாலுள்ள கேன் போல் தோற்றமளிக்கிறது. ஈயமுலாம் பூசப்பட்ட இக்கொள்கலன்கள் சிறப்பு வாகனங்கள் மூலம் பணி இடத்துக்கு எடுத்துச் செல்லப்படுகின்றன. கெட்ட நேரமாக அந்த வாகனம் விபத்துக்குள்ளாகி அதிலுள்ள "கேன்" நொறுங்கினால் மனித உயிருக்கு எண்ண இயலா தீங்கு நேருமே? இல்லை. அவ்வாறு நிகழாது. வாகனம் விபத்துக்குள்ளாகாது என்று உத்தரவாதம் தர இயலாது. அவ்வாறு விபத்து உண்டானால் கூட கேன் விரிசலின்றி பிரியாது கச்சிதமாக இருக்கும். ஒவ்வொரு கேனும் பல விதமான பாதுகாப்பு பரிசோதனைகளுக்குப் பின்புதான் சிறப்பு வாகனத்தில் ஏற்றப்படுகிறது. ஒவ்வொரு கேனும் 5 மெட்ரிக்களவு கொண்ட உயரத்தில் இருந்து செமெண்ட் பலகையை அடிப்புறம் கொண்ட பாதுகாப்புமிக்க தொட்டி களில் தூக்கி எறியப்பட்டு சோதிக்கப்படுகிறது. அதன் பிறகுதான் இந்தப் பாட்டில்கள் போக்குவரத்து அனுமதிக்கப்படுகிறது.

இதன் காரணமாக கதிரியக்க சூழலில் பணி ஆற்றுபவர்களின் நலன் பேணப்படுகிறது.

மின்னலிடியைப் பிடிப்பது எப்படி? :

சமீப காலத்தில் இடி மின்னலை அடக்கிப் பிடிக்கும் வழிமுறையை கதிரியக்க கோபாலத்து துணை கொண்டு செய்ய பிரான்சு விஞ்ஞானிகள் ஏற்படுத்தியுள்ளனர். அதன்படி ஒரு கோல் செய்யப்பட்டு கோபாலத்து-60 அதில் சேர்க்கப்பட்டதும் அஃது காமா கதிர்களால் சுற்றியுள்ள காற்றில் மின் செறிவுத் தன்மையை உண்டாக்குகிறது. ஆகையால் காற்றில் உள்ள மின் ஆற்றல் அந்த கோல் நோக்கி காந்தம் போன்ற ஈர்ப்புடன் வருகிறது. அந்தக் கோலானது பலநூறு மெட்ரிக் அளவு கொண்ட மின்னளடியை சேகரித்து விடுகிறது.

இன்று கதிரியக்க கோபாலத்து என்பது மனிதனின் ஜீவன போராட்டத்தில் மருந்தாளுனரின் உற்ற துணைவனாக விளங்கு கிறது. மருந்து துப்பாக்கிகளில் வைக்கப்படும் கோபாலத்து-60 இரவைகள் உடலுறுப்புக்கு எந்தத் தீங்கும் செய்யாமல் வேகமாக வளரும் நோயுற்ற செல்களை களைகிறது. இதன் காரணமாக பாவியான நோய் வளராமல் தடுக்கப்படுகிறது.

10. நிக்கெல்

பாட்டிமார்களின் மகிழ்ச்சி :

இன்றைய இளம் பெண்கள் பலர் தங்கள் பாட்டிமார்கள் உள்ளம் கவரும் இளம்குமரிகளாய் இருந்த காலத்தில் நிக்கெல் என்ற பொருளை விரும்பி அதனை கையிலும், கழுத்திலும், தலையிலும் நகைகளாக்கி அணிந்து மகிழ்ந்தனர் என்பதை அறிந்திருக்க வாய்ப்பு இல்லை. 20ம் நூற்றாண்டு தொடக்கத்தில் கூட நிக்கெல் ஒரு அதிசயப் பொருளாகத்தான் பாவிக்கப் பட்டது. மிகச் சிறிய அளவு மட்டும் உற்பத்தி செய்யப்பட்ட இப்பொருள் நகைக்கடையில் தனி இடத்தைப் பெற்றது. பொறியாளர்கள் இப்பொருள் மீது நாட்டம் கொள்ளவில்லை என்பதைவிட இப்பொருளுக்கான உபயோகம் அதுவரையில் கண்டறியப்படவில்லை என்று சொல்வதுதான் பொருத்தமாய் அமையும்.

சீனம் தந்த பண்டையலாய் :

நிக்கெல் குறித்து மனிதன் பல ஆண்டுகளுக்கு முன்பாகவே அறிந்திருந்தான். சான்றுடன் உதாரணம் கூற வேண்டும் என்றால் கி.மு.2ம் நூற்றாண்டில் நிக்கெல் உடன் செம்பு, ஜிங்க் ஆகிய பொருட்கள் கலந்து செய்யப்பட்ட அலாய் சீனத்தில் பெக்கெபாங்க்கு என்றழைக்கப்பட்டது. இதற்கு பல தேசங் களில் அமோக வரவேற்பு இருந்தது. மத்திய ஆசியா வரை இப் பொருள் புகழ் பெற்று விளங்கியதால் இப்பொருள் கொண்டு நாணயமும் தயாரிக்கப்பட்டது. அவ்வாறு பேகதிரியா நாட்டில் கி.மு.235ல் உருவாக்கப்பட்ட நாணயம் இன்றளவும் இலண்ட னில் உள்ள பிரிட்டிஷ் அருங்காட்சியகத்தில் பொதுமக்கள் பார்வைக்காக வைக்கப்பட்டுள்ளது.

1751 ஆண்டு கரான்சதெத்து படிம ஆய்வாளர் நிக்கொலிட்டு என்ற படிமம் அறியப்பட்டது. அதிலிருந்து செம்பு பிரிக்கும் முயற்சிகள் வெற்றி பெறவில்லை. ஆகையால் அமானுஷியத்தின் மீது பழியைப் போட்டனர். மலைகளின் கெட்ட ஆவியின் தந்திரம் என்று மொழிந்தார். அவன் தான் அந்தப் படிமத்துள் புகுந்து எள் அளவு செம்பும் வெளிவராமல் செய்துவிட்டான் என்று குற்றம்சாட்டினர். அதற்கு குப்பர் நிக்கெல் என்று பேரிட்டன். நிக்கு என்றால் கெட்ட ஆவி என்று பொருள்.

அதையடுத்து அந்த செந்நிற படிமத்திலிருந்து செம்பு பிரித்து எடுக்கும் முயற்சிகள் மேற்கொள்ளப்படுவது முற்றிலும் நிறுத்தி வைக்கப்பட்டது. அப்பொருளுக்கு செம்புப் பைசாசு என்று பேரிட்டனர். இதன் காரணமாக, அப்பொருளைக் கொண்டு எதையும் உருவாக்கும் பிரகாசமான சிந்தனையும் ஒழியட்டும் என்று கருதினர்.

கோழை அல்ல :

ஆனால் கரான்சதெத்து மூடநம்பிக்கையாளர் அல்லர். அவர் பைசாசு கண்டு அஞ்சுபவர் அல்லர். ஆகையால் குப்பர் நிக்கெல்லில் இருந்து ஒரு பொருளை ஈட்டினார். அஃது செம்பு அல்ல ஒரு புதிய பொருள். அவர் அப்பொருளை நிக்கெல் என்றழைத்தார்.

அடுத்து *50* ஆண்டுகள் கழிந்தன. ஜெருமன் வேதியாளர் இரிக்கதெர் என்பவர் சுரங்கத்தில் இருந்து சுத்தமான நிக்கெல் ஈட்டும் செயல்முறையைக் கண்டறிந்தார். வெள்ளி வெள்ளைப் பொருளால் ஆனது. அது சற்று காய்ந்த மஞ்சள் சாயலும் கொண்டிருந்தது. இயந்திரப் பயன்பாட்டுக்கு ஏற்ற பொருளாய் அது அமைந்திருந்தாலும் எவரும் அதன் உற்பத்தி குறித்து வாய் திறக்கவில்லை.

*1820*களில் பிரபல ஆங்கில வேதியாளரும், இயற்கை சிந்தனையாளருமான மிக்கேயெல் பாரதே என்பவர் நிக்கெல் கொண்ட எஃகு தயாரிக்க பல முயற்சிகள் மேற்கொண்டார். ஆனால் அவற்றால் எஃகு உற்பத்தியாளர்கள் ஈர்க்கப் படவில்லை.

மன்னர் மாண்டதற்கு யாரைப் பழிக்க?

பிற பொருட்களுடன் கூட்டணி அமைத்து அலாய் பொருட்கள் அமைவதில் நிக்கெல் சிறப்பான இடத்தை

வகிக்கிறது. 19ம் நூற்றாண்டின் தொடக்கத்தில் வெள்ளிக்கு மாற்றாக புதிய அலாய் கொண்டு மேஜை சமையல் பாண்டங்கள் செய்யும் மோகம் வேதியாளர்கள் மற்றும் பொருளாளர்கள் இடையில் தொற்றுநோய் போல வேகமாக பரவியது. ஆகையால் அவர்கள் பண்டைய சீனப் பொருளான பெகபாங்கைத் தேடினர். வெள்ளி போன்ற பல பொருட்களை விஞ்ஞானிகள் உருவாக்கினர். அவற்றில் ஒன்று அருஜெண்டன் (வெள்ளிப் போல) என்றும் மற்றொன்று நியூசிற்பெர் (புதிய வெள்ளி) என்றும் அழைக்கப்பட்டது.

குறுகிய காலத்தில் நிக்கெல் அலாய்கள் மிகப் பிரபலமாகவும் மிகுந்த தேவையான பொருட்களாகவும் பேர் பெற்றன. ஆனால் அதன் அலாய்களில் ஒன்றான நியூசிற்பெர் என்பது கெட்டப் பேர் எடுத்து விட்டது. நியூசிற்பெர் கொண்டு மேஜை சமையற்பாண்டம் செய்யப் பெற்ற ஆசுதிரிய-அங்கேறி மன்னர் பிரான்சிஸ் ஜோசப் என்பவர் திடீர் என்று உடல்நலம் குன்றி காலமானார். நியூசிற்பெர் மீது அனைவரும் சந்தேகப்பட்டு அப் பொருளுக்குத் தடை விதித்தனர். இடைவிடாத ஆராய்ச்சியின் விளைவாக அப்பொருள்மீது சுமத்தப்பட்ட களங்கம் களையப்பட்டு அப்பொருள் நிரபராதி என்று நிரூபணம் ஆனது. மன்னரின் மரணம் திடீரென்று ஏற்பட்டது அல்ல, சாகும் பொழுது அவரது வயது 86.

ஞாபகம் வருதே! :

நிக்கெலின் மாபெரும் விஞ்ஞான மற்றும் வர்த்தக நாட்டமாக தைத்தானியம் உடன் 55% நிக்கெல் கலந்த நிட்டினால் என்ற அலாய் கருதப்படுகிறது. 1960களில் இப் பொருள் அமெரிக்காவில் உருவாக்கப்பட்டது. ஆனால் சமீபத்தில் தான் இப்பொருளின் சிறப்புத் திறன் அறியப்பட்டது. நிக்கெலின் நல்ல அலாய் என்று மட்டும் இஃது கருதப்பட்டு வந்தது. ஆனால் திடீரென்று பழையதை நினைக்கும் ஆற்றல் தனக்கு உண்டு என்று அப்பொருள் நிரூபித்துக் காட்டியது. அப்பொருளுடன் செய்யப்பட்ட பலவிதமான பரிசோதனைகளில் அஃது நிகழ்ந்தது. அந்த அலாயின் கம்பிச்சுருள் 150 டிகிரி செல்சியஸ்க்கு சூடேற்றப்பட்டு பின்பு குளிர்வடைந்தபின்னர் அதன் மறு முனையில் எடை கட்டி தொங்கவிடப்பட்டது. நீளமான

கம்பியாக அது ஆனது. ஆனால் மீண்டும் 95 டிகிரி செல்சியஸ்க்கு அந்தக் கம்பியை சூடேற்றியவுடன் அதிசயம் நிகழ்ந்தது. ஆராய்ச்சியாளர்கள் வாயடைத்துப் போகும் வகையில் நீட்டமான கம்பி திரும்பவும் சுருள் கம்பியாக உருமாறியது.

இந்த ஆராய்ச்சி பலவிதமாக பல முறைகளில் செய்யப் பட்டது. ஒவ்வொரு முறையும் அதன் கச்சித நினைவாற்றல் பிரகாசித்தது. ஒரு பரிசோதனையில் ஆங்கிலச் சொல்லான NITINOL என்ற வடிவில் கம்பி வளைக்கப்பட்டு பிறகு சூடேற்றப் பட்டு, குளிர்விக்கப்பட்டு நீட்டப்பட்டது. இவ்வாறு முற்றிலும் உருமாற்றம் செய்யப்பட்டு நீட்டப்பட்ட கம்பியான அதில் சிறிதளவு மின் அதிர்வு கொடுக்கப்பட்டு வெப்பம் பெற்றதும் மறுபடியும் அலாயின் ஆங்கிலப் பெயரை ஆராய்ச்சியாளர்களால் படிக்க முடிந்தது. இதுவரையில் இந்த தன்னிகரற்ற தன்மையின் காரணம் அறியப்படவில்லை.

பாரபட்சம் :

அணு அட்டவணையில் இரும்பு மற்றும் கோபாலத்து ஆகியவற்றுக்கு அடுத்த இடத்தில் நிக்கெல் அமைந்துள்ளது. பல தன்மைகள் ஒத்து இருப்பதால் இப்பொருட்கள் சிலசமயம் இரும்பு முக்கோணம் என்றழைக்கப்படுகிறது. விஞ்ஞானம் அறிந்த வரையில் உள்ள 104 பொருட்களில் இந்த இரும்பு முக்கோணப் பொருட்களில் மட்டும்தான் காந்தத்தன்மை காணப்படுகிறது. இந்தப் பாரபட்சமான காந்தத்தன்மையால் பொருளாளர்கள் நிரம்பவே குழப்பம் அடைகின்றனர். ஏனெனில் இம்மூன்றையும் தனித்தனியாக பிரித்தெடுப்பது சுலபமான வேலை அல்ல. இயற்கையில் நிக்கெலானது கோபாலதிலும் செம்புள்ளும் கலந்துதான் தோன்றுகிறது. இவற்றைப் பிரித்தெடுக்க அபார ஆற்றல் தேவை. இச்செயல் நடைபெற பல கட்ட வேலைகளும் நிறைவேறி ஆக வேண்டும். இதன் காரணமாகத்தான் நிக்கெல் மிக்க மதிப்புள்ளதாகவும் அரிதானதாகவும் உள்ள பொருளாகக் கருதப்படுகிறது.

நிக்கெல் பூசக் கோள் :

புவிப்பரப்பில் 0.008% நிக்கெல் உள்ளது. ஆனால் அதன் காரணமாக அஃது குறைவாக உள்ளது என்று எண்ண

வேண்டாம். இந்த சதவீதம் 10^{-15} டன்களுக்கு சமம் ஆகும். இதுதான் நிக்கெல் என்ற பொருள் புவியில் உள்ளதன் மதிப்பீடு ஆகும். ஒரு கணம் ஒரு கற்பனை செய்து பார்ப்போம். புவிப்பரப்பின் மீது நிக்கெல் கொண்டு ஒரு பூச்சு பூச ஒருவருக்கு தோன்றிற்று என்றால் இருப்பு போதுமா? ஒரு எளிய கணக்கு காட்டுவது என்ன என்றால் இப்புவிப்பரப்புக்கு மட்டும் போது

மானதாவதோடு இதைப்போல் 20000 புவிப்பரப்பு பூசவும் போது மானதாக இப்புவியில் உள்ள நிக்கெல் இருப்பு உள்ளதாக கணக்கிடப்பட்டுள்ளது. ஏனெனில் புவியின் மேற்பரப்பு மெல்லிய முட்டை ஓடு போலத்தான். ஆழம் செல்லச் செல்ல அடர்த்தி மிகுந்து ஏராளமான நிக்கெல் இருப்பும் உள்ளது என்று விஞ்ஞானிகள் கருதுகின்றனர்.

ஆசுத்தரேலியாவில் அபரிமிதம் :

1969ம் ஆண்டு இறுதியில் ஆசுத்தரேலியாவில் அபரிமிதமாக நிக்கெல் கிடைப்பதாக செய்தி பரவியது. அதையடுத்து உலகெங்கும் அங்கு நிக்கெல் எடுக்கும் நிறுவனப் பங்குகள் உயர்ந்தன. இதன் காரணமாக பங்குச் சந்தை தரகர்களுக்கு பெருத்த லாபம் கிடைத்தது. தற்சமயம் ஆசுத்தரேலியாவில் 12க்கும் அதிகமான நிறுவனங்கள் அந்தத் தேச மண்ணில் இருந்து பெரிய அளவில் நிக்கெல் எடுத்துப் பணம் பார்க்கிறார்கள்.

முடிவுரை :

மலைகளில் உள்ள கெட்ட ஆவியின் பேர்கொண்ட பொருளைப் பற்றிய நமது கதை முடிவுக்கு வருகிறது. யாருக்குத் தெரியும்? ஒருநாள் நீதி நிலை நாட்டப்பட்டு நிக்கெலுக்கு நல்ல ஆவி ஒன்று பேர் புதிதாக சூட்டப்படலாம். பேர் என்ன அவ்வளவு முக்கியமான விஷயமா? எல்லாப் பெயரும் நற்பெயர்தான். அதனால் ஜனங்களுக்கு நன்மை உண்டாகும் வரை.

❖

11. ஜிர்க்காணியம்

மார்த்தின் கலபிராத் கண்டறிந்தார் :

230 ஆண்டுகளுக்கு முன்னர் ஜெர்மன் நாட்டு வேதியாளரும் பெர்லின் விஞ்ஞான சங்க உறுப்பினருமான மார்த்தின் கலபிராத்து என்பவர் ஜிர்க்கான் என்ற படிமத்தை ஆராய்ந்துகொண்டிந்த சமயம் புதிய பொருள் ஒன்றைக் கண்டறிந்தார், அதை ஜிர்க்காணியம் என்றழைத்தார். செம் பொன், செம்பவளம், மிளிரும் மாணிக்கம் போன்றவற்றின் நிறங்களை பிரதிபலித்தமையால் இந்தப் படிமம் மாவீரன் அலெக்சாண்டர் காலம்தொட்டு அரிய வகை கல் என்று மதிக்கப்பட்டு வருகிறது. அரபுச் சொல்லான ஜரிகண், அஃதாவது தமிழில் பொன் என்பதைக் கொண்டு இப்பொருள் பேர் பெற்றது. பண்டைய இலக்கியங்கள் இப்பொருளை ஹையா ஸிந்த், ஜஸிந்த், ஜர்க்கூன் மற்றும் ஜார்க்கண் என்றழைக்கின்றன.

எதைக் கனவில் கண்டீர்கள்? :

பழங்காலத்தில் ஜிர்க்கான் நகைப்பொருளாக மட்டும் பயன்படவில்லை. ஒருவர் இருதயத்தில் ஆனந்தம் சுரக்கவும், கவலை மற்றும் முறையற்ற சிந்தையை எண்ணத்திலிருந்து துரத்தி அடிக்கவும், ஒருவர் திடத்தை கூராக்கவும், ஒருவர் பெருமையை பேணி வளர்க்கவும், வல்ல மங்கலப் பொருளாகவும் பயன் பட்டது. மருந்து பற்றிய பண்டைய நூல் ஒன்றில் மருந்தாளுநர் ஒருவர் எழுதுகிறார், "எவன் ஒருவன் தன் வசம் செந்நிற யாக ஹாண்ட் (பழைய இரஷ்யாவில் செய்வோன்ஹையாஸிந்த் உட்பட பல மணிகள் யாகஹாண்ட் என்றழைக்கப்பட்டன) வைத்துள்ளானோ அவன் கெட்ட கனவுகள் மற்றும் துர்ச்சொப் பனங்கள் காணமாட்டான். உள்ளம் உறுதியுடையவனாகவும் ஜனங்களிடம் நேரிய வழியிலும் இருப்பான்."

வேலை இல்லாத் திண்டாட்டம் :

200 ஆண்டுகட்கு முன்பு ஷெவிடிஷ் வேதியாளர் ஜாநஸ் பெற்செலியஸ் என்பவரால் தனிமைப்படுத்தப்பட்ட ஜிர்க் காணியம் ஈட்டப்பட்டது. ஆனால் சுத்தமான ஆண்டுகட்கு மேலாக ஹேப்பினியம் என்ற பொருளை ஜிர்க்காணியம் கொண்டுள்ளதை வேதியாளர்கள் அசட்டையாக புறக்கணித்து வந்தனர். ஏனெனில் இதற்கு காரணமாக இவ்விருபொருட்களின் வேதியல் தன்மைகள் ஒன்றாகக் காணப்பட்டது, எனினும் இவ்விரு பொருட்களிடையிலும் சீரியஸ் வித்தியாசங்கள் இருந்தன. அவற்றைப் பற்றி அதிகப்படியாக பின்னர் விவரிக்கலாம்.

மூளைக்குள் தைத்திடும் :

சுத்தமாக ஜிர்க்காணியம் புறத்தோற்றத்தில் எஃகு போல் உள்ளது. ஆனால் அதனினும் வலிதும், வடிவுக்கு உகந்ததும் ஆகும். எனினும் அதன் குறிப்பிடத்தக்க குணாம்சம் யாதெனின் பல வந்தேறிப் பொருட்களுக்கு அது அளிக்கும் எதிர்ப்புத் தன்மை ஆகும். அரிப்பெதிர்ப்பு தன்மையை பொருத்தமட்டில் அரிப்பெதிர்ப்புக்கு பேர் பெற்ற நையோபியம் மற்றும் தைத் தானியம் ஆகியவற்றைக் காட்டிலும் ஜிர்க்காணியம் சிறந்து விளங்குகிறது. 5% ஹைதிரோ குலோரிக்கு அமிலமுள் 60 டிகிரி செல்சியஸில் அழுத்தப் பெற்ற எஃகு ஆண்டுக்கு 2.6 மில்லி மெட்ரிக் இழக்கிறது, தைத்தானியம் 1 மில்லி மெட்ரிக் இழக்கிறது. ஆனால் ஜிர்க்காணியமின் இழப்பு அதில் 1000ல் 1 பங்குதான். ஜிர்க்காணியின் அற்கலை இழப்பு அதனினும் பெரிதாகும். இத்தன்மையை பொருத்தவரை அரிப்புக்கெதிரான மிகச் சிறந்த பேர் பெற்று விளங்கும். தண்டலமைவிட ஜிர்க்காணியம் மேன்மையானது. இதன் அரிப்பு எதிர்ப்பு குணத்துக்கு நன்றிக் கடன்பட்டு நரம்பியல் அறுபணி மருந்தியலில் ஜிர்க்காணியம் பயன்கொள்ளப்படுகிறது. மருந்தாளுமையில் இஃது மிகுந்த நுட்பமான துறையாகும். ஜிர்க்காணியம் அலாய்கள் உடலுறுப்பு உபகரணங்களுக்கு மருந்தாளுமைத் துறையில் உற்றதாகும். ஜிர்க்காணியம் இழைகள் மூளையில் அளிக்கப்படும் இணைப்புகள் பிரியாது இருக்க மருந்தாளுமைத் துறையில் உதவுகின்றன.

எ஁கு குறுதி :

ஜிர்க்காணியம் அறிமுகம் செய்யப்பட்ட எஃகுக்கு பல தன்மைகள் மேன்மை பெறுவதைக் கண்ட விஞ்ஞானிகள் அதை மதிப்புள்ள அலாய் பொருள் என்று சான்று அளித்தனர். இந்தத் துறையில் அதன் பயன் பலதரமானது. எஃகுக்கு கடினத்தன்மை யும் உறுதியும் கூடுகின்றது. அதன் எந்திரமயமாக்கலுக்கு சுலபம் செய்கின்றது. எஃகுடைய கடினத்தன்மை, இளகியொட்டும் தன்மை, குழைவுத்தன்மை சிறப்படைகிறது. எஃகு கொண்டுள்ள சற்பைடுகளை நொறுக்கி அதன் மூலக்கூறு அமைப்பை சீர் செய்கிறது.

எஃகுள் ஜிர்க்காணியம் அறிமுகமாகும்பொழுது அதன் வெப்ப எதிர்ப்பாற்றல் மேன்மைப்படுகிறது. 0.16% ல் இருந்து 0.37% வரையிலான ஜிர்க்காணியம் கொண்ட பிரிவு 30-45 எஃகு 820 டிகிரி செல்சியஸில் 3 மணி நேரம் தாக்குப் பிடிக்கப்பட்டால் அதன் எடை இழப்பு அலாய் அல்லாத எஃகுடன் ஒப்பிடுகையில் ஆறிலிருந்து ஏழு பங்கு குறைவாகும்.

கட்டுடைய எஃகுக்கு எதிர்ப்பாற்றலையும் ஜிர்க்காணியம் உயர்த்துகிறது. இதைச் சித்தரிக்க 3 மாதம் தண்ணீருள் வைக்கப் பட்டிருந்த 20 எஃகு ஒரு சதுர மெட்ரிக்குக்கு 16.3 கிராம் எடை இழந்தது. ஆனால் அதுபோன்று வைக்கப்பட்டிருந்த மாதிரி எஃகுக்கு 0.19% ஜிர்க்காணியம் கூட்டியதால் எடை இழப்பு வெறும் 7.6 கிராம்கள் தான் இருந்தது. ஜிர்க்காணியம் கலந்த எஃகு பொருளை அதிக வெப்பமூட்டினால் ஊறு நேரும் என்ற அச்சமின்றி மிக அதிகமாக சுடச் செய்யலாம்.

நேர்த்தியான வார்ப்புகள் :

நெருங்கிய சீருடை கட்டமைப்புக் கொண்ட ஜிர்க்காணிய எஃகு நற்குழைவாக உள்ளதால் வார்ப்புகளுள் மெல்லிய சுவர் அமைக்க சாதாரண எஃகுவைக் காட்டிலும் தேர்ச்சி கொண்டது. உதாரணமாக, 40 எஃகுடன் ஜிர்க்காணியம் சேரும் பொழுது 2 மில்லி மெட்ரிக் அடர்த்தியான சுவருடைய எந்திரபாகம் செய்ய இயலும். ஆனால் அந்த வார்ப்பு பாகங்களை 40 ஜிர்க்காணியம் அல்லாத எஃகு கொண்டு உருவாக்க முயன்றால் அஃது குறைந்தபட்சம் 5-6 மில்லி மெட்ரிக் அடர்த்திகொண்டதாக அமைந்துவிடும்.

உண்மை "கால்" :

எவ்வளவு இன்றியமையாத மற்றும் பெருமைமிக்க அலாய் பொருளாக ஜிர்க்காணியம் திகழ்ந்தாலும் அதெல்லாம் ஜிர்க்காணியமுக்கு ஒரு பொருட்டும் இல்லை. ஆராய்ச்சி தொடர்ந்தது இறுதியாக ஜிர்க்காணியமுக்கு அதன் மெய்யான அழைப்புக்கு பணிபுரிய சந்தர்ப்பம் கிடைத்தது. இதன் புதிய பாத்திரத்தை விளக்கும் முன்பாக இப்பொருள் தோன்றிய இடம் நோக்கிச் செல்வோம், அது மார்த்தின் கலபிராத்து அவர்களின் வேதியற்கூடம்.

இணைந்த கைகள் :

1789ம் ஆண்டு ஜிர்க்காணியம் என்ற பொருளை மட்டும் மார்த்தின் கலபிராத்து கண்டறியவில்லை. 20ம் நூற்றாண்டின் விஞ்ஞானம் மற்றும் தொழில்நுட்பத்தில் தன்னிகரற்ற பாத்திரம் வகிக்கும் விதியைப் பெற்ற மற்றொரு பொருளும் உண்டு. அப் பொருள் யுரேனியம். ஆனால், மார்த்தின் 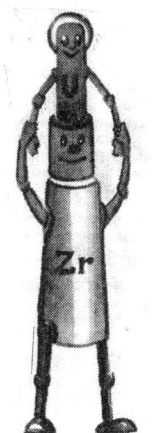 கலபிரசாத்து மற்றும் எவராலும் இவ்விரு சகோதரர்கள், ஜிர்க்காணியம் மற்றும் யுரேனியம் ஆகியவற்றின் வாழ்க்கை எப்படி இருக்கும் என்பதனை தூர திருட்டி பார்வை மூலம் காண இயலவில்லை. அந்த சகோதரர்களின் பாதை பிரிவுற்றது. எந்த விஷயத்திலும் சுமார் 150 ஆண்டுகள் அவர்கள் ஒன்று சேரவில்லை. சமீப காலங்களில் தான் இந்த நெடும் பிரிவு முடிவடைந்தது. இந்த இரண்டு பொருட்களின் சந்திப்பு பற்றி முதல் தகவல் அறிந்தவர்கள் அணுமின் உற்பத்தி நிலையங்களில் அனுமதி இல்லை என்ற பலகை தொங்கும் பகுதியில் பிரவேசம் செய்யும் சொற்ப எண்ணிக்கையில் ஆனவர்கள் தான். அணு உலைகளில் யுரேனியம் கரு எரிபொருளாக இருக்கும்பொழுதில் ஜிர்க்காணியக் கவசம் பூண்ட யுரேனியம் தடிகளில்தான் அந்த இரு பொருள்களும் சந்தித்தன.

ஆனால் குறிப்புக்காக ஒரு தகவல் உண்டு ஜிர்க்காணியம் அணு உலைப் பொருளாக பல ஆண்டுகட்கு முன்னர் அமெரிக்க

விஞ்ஞானிகளில் அமெரிக்காவின் முதல் நீரடி நாவாயான 'நாடிலஸ்' என்பதில் பயன்படுத்தப்பட்டது. ஆனால் அணு உலையின் அத்தியாவசியப் பாகங்களில் ஜிர்க்காணியம் பயன்படுத்தப்படுவதைவிட யுரேனியம் தடிகளின் கவசமாக பயன்படுத்தப்பட வேண்டும் என்று சீக்கிரம் உணரப்பட்டது. ஆகையால் அச்சமயம் தான் ஜிர்க்காணிய மின் "ஆலிங்கனம்" யுரேனியமுக்கு கிடைத்தது.

இந்த பயன்பாட்டுக்காக ஜிர்காணியம் பொறுக்கி எடுக்கப்பட்டதற்கு பொருத்தமான காரணங்கள் உண்டு. அதனை இயற்பியலாளர்கள் அறிவர்; பிற பொருட்களைப் போல் இல்லாமல் நியூதிரான்கள் எளிதில் ஊடுருவ ஜிர்க்காணியம் அனுமதிக்கிறது. இதைத்தான் யுரேனியமின் எரிபொருள் கவசங்கள் தேவையென்று விரும்புகின்றன. ஜிர்க்காணியமின் இளகுநிலை 1850 டிகிரி செல்சியஸாக உயர்ந்து இருப்பதால் அணு மின்சார தொழிற்சாலைக்கு கச்சிதமாக உதவுகிறது.

இரட்டைப் பிறவிகள் :

அணு உலையில் அதன் பொறுப்பான கடமைகளை ஆற்றிட இயலாதவகையில் ஜிர்க்காணியம் சில பிறவிக் குறை பாடுகளை அதனிடம் கொண்டுள்ளது. விஷயம் என்னவெனில் அதிபரிசுத்த ஜிர்க்காணியம் மட்டும்தான் நியூதிரான்களை ஊடுருவ அனுமதிக்கின்றது. இந்த இடத்தில்தான் நாம் மீண்டும் ஹேப்பினயமை மறுமுறை எண்ணிப் பார்க்க வேண்டும். வேதியல் தன்மைகளை அவற்றைத் தனித்தனியாக பிரித்தெடுப் பது சிரமம் நிறைந்த வேலை ஆகும். ஆனால் அப்பணியை செய்ய வேதியாளர்களும் பொருளாளர்களும் நிர்ப்பந்திக்கப்பட்டுள் ளனர். ஏனெனில் அணு தொழிற்துறைக்கு அதன் அடிப்படை கட்டுமானப் பொருள் அவசியமாகும்.

பாற்கரன் ஆற்றல் :

பிரான்சு விஞ்ஞானிகள் சூரியஆற்றல் வாயிலாக ஜிர்க்காணியமை அதன் தையாக்ஷைடிலிருந்து ஈட்டிடும் வழி முறையை வகுத்துள்ளனர். பேராசிரியர் பெலிக்ஷ-ு திராம்பெ தலைமையிலான ஆராய்ச்சியாளர்கள் கிழக்கு பிநெனெஸ்ஸ-ு பகுதியில் உள்ள மலைலூயிசு கடல் மட்டத்துக்கு 1500 மெட்ரிக்

களவு உயரத்தில் 17ம் நூற்றாண்டு பழமைவாய்ந்த கோட்டை உச்சியில் சூரிய உலை ஒன்றினை வடிவமைத்துள்ளனர். சூரிய ஆற்றலை அந்த உலை பயன் படுத்தும் விதம் மலைலூயில் நடைபெற்ற விவாதரங்கத்தில் செயல்முறை மூலம் விளக்கப் பட்டது. அந்த விவாதரங்கத்தில் சூரிய ஜிர்க்காணியம் ஈட்டும் வழிமுறை இது போன்றுதான் அதில் பங்கு பெற்ற ஒருவரால் செய்து காண்பிக்கப்பட்டது.

"மெல்ல, கிட்டத்தட்ட யாரு மறியா விதமாக ஒரு சிறப்பு பீடம் உயரத் தொடங்கி கையளவு வெள்ளைப் பொடி யை பெரியதொரு குழிந்த ஆடியின் குவிமுனையில் இடுகின்றது. அதை யடுத்து அந்த ஆடியின் குவிமுனையில் இருந்து வெள்ளைச் சுவாலைப் பிழம்பு கண்களை குருடாக்கும் ஒளியுடன் காண்போர் முன்னிலையில் பற்றி எரிகிறது."

குழிவான ஆடியில் வைக்கப்பட்டு சூரியக் கதிர்களால் 3000 டிகிரி செல்சியஸுக்கு சூடேற்றப்படும் அந்த வெள்ளைப் பொடி ஜிர்க்காணமின் தையாக்ஷைடு ஆகும். அங்கு அது இளகத் தொடங்குகிறது. இந்த மின்னலொளி நிகரான செயன்முறையை கருப்புக் கண்ணாடி அணிந்த கண்களால் மட்டும் காண முடியும். சீற்றமுள்ள எரிமலை வாயில் இருந்து கக்கப்படும் தீப்பிழம்பின் குழம்பு போன்று அது காணப்படுகிறது.

சூரியனின் கதிர்களை உலை வாயில் செலுத்த வல்ல ஆடிகளின் சூடேற்றும் திறன் கிட்டத்தட்ட 75 கிலோ வாட்களுக்கு நிகராகும்.

அதிலிருந்து 10 கிலோ மெட்ரிக்களவு தூரத்தில் உள்ள சிறிய ஊரான ஓதெயிலோவில் உலகின் மிகப்பெரிய சூரிய உலை இயங்குகிறது. இந்த சூரிய ஆடியின் முக்கியமான சாதகம் என்னவெனில் இளகும் செயலில் மாசு கலப்பது நிகழ்வதில்லை. எங்கிருந்தும் மாசு உட்புக வாய்ப்பும் இல்லை. இதன் காரணமாக அத்தகைய உலை வாயிலிருந்து வரும் பொருட்களுக்கும்

அலாய்களுக்கும் மிகுந்த தொடர்ச்சியான வரவேற்பு உள்ளது. மற்றொரு சாதகத்தன்மை என்னவெனில் சூரியனின் ஆற்றல் பெருந்தன்மையாக மூலதனம் போடும் நோக்கு இல்லாதது.

முடிவுரை :

முடிவுரையில் ஒரு தவறான புரிதல் விளக்கப்பட வேண்டும். புவிப்பரப்பில் செம்பு, நிக்கெல், ஈயம் மற்றும் ஜிங்க்கு ஆகிய பொருட்களைவிட அதிகளவு ஜிர்க்காணியம் உள்ளது. எனினும் இன்றளவும் ஜிர்க்காணியம் அரியதொரு பொருள் என்று குறிக்கப்படுகிறது. பழங்காலங்களில் இதற்கு ஆதரவு தெரிவிக்கும்வகையில் ஜிர்க்காணியம் சுரங்கங்கள் எங்கெங்கோ அமைந்துள்ளது. இதை உருவாக்குவது கடினம் மற்றும் தொழில் நுட்ப உலகுக்கு இப்பொருள் அரிய விருந்தாளி போன்ற கருத்துக்கள் தெரிவிக்கப்பட்டன. ஆனால் சமீபகாலங்களில் ஜிர்க்காணிய உற்பத்தி பெருகி வருவதால் அரிய என்ற சொற் குறிப்பு இப்பொருளுக்கு ஞாயம் கற்பிக்கவில்லை. ஆனால் பழங்காலத்தில் ஜிர்க்காணியம் என்ற பொருளின் தோற்றம் குறித்து கேட்டால் அப்பொருள் நிச்சயமாக தன்னைத்தானே அரிய பொருள் என்று தற்பெருமை கொள்ள இயலும்.

❖

12. நையோபியம்

நீ வசிப்பது எங்கே? :

1850ம் ஆண்டு வாக்கில் பல டஜன் வேதியற் பொருட்கள் கண்டு பிடிக்கப்பட்டுவிட்டன. ஆனால் அவற்றின் தலை மீது கூறை எதுவும் இல்லை. 1869ம் ஆண்டு ரஷ்ய விஞ்ஞானி மெண்டெலைவ் கட்டிய பிரம்மாண்டமான அணு அட்ட வணைதான் எல்லாப் பொருட் களுக்கும் முகவரி கிடைத்தது.

பல்வேறு பொருட்களுக்கு அந்த அட்டவணையில் குடியிருப்பு முகவரி கிடைக்க அவற்றின் பொறி யியல் அல்லது விஞ்ஞானத்துக்கான வருங்காலப் பங்களிப்பு குறித்தோ அல்லது அவற்றின் கடந்த கால நெடிய பணிப்பதிவேடு போன்றவை கணக்கில் எடுத்துக் கொள்ளப் படவில்லை. சுய விவரங்கள் மட்டும்தான் கவனிக்கப்பட்டு கணக்கானது. அவற்றில் முதலானதும் தலையானதும் அப் பொருளின் அணு எடை ஆகும்.

அப்படி புதுகுடித்தனம் பெற்று அழகிய பேர் கொண்ட நையோபியம் 41வது அபார்ட்மெண்டில் குடியேறினார். அவரைக் கண்டதும் அக்கம்பக்கத்தார் ஆர்வம் கொப்பளிக்க யாரிவர்? எங்கிருந்து வருகிறார் என்று விசாரித்து அறிய உசாவினர்.

17ம் நூற்றாண்டின் மத்தியில் வட அமெரிக்காவின் கொலம்பியா பகுதியில் நதிப்படுகையில் கனத்த கருப்பு நிறப்படிமம் ஒன்று பொன்நிற ஓட்டத்துடன் கண்டு எடுக்கப்பட்டது. புது உலகத்தில் இருந்து பொறுக்கி எடுக்கப்பட்ட பல பொருட்களுடன்

ஜெ.ஜெயசிம்மன் ◀◀ 125

அப்பொருளும் பிரிட்டிஷ் அருங்காட்சியகதுக்கு அனுப்பி வைக்கப் பட்டது. சுமார் 150 ஆண்டுகாலம் (கொலம்பைட்டு என்ற பேரில்) ஆங்கு கண்ணாடி பேழையில் காட்சிப் பொருளாக இரும்புத் தாது என்ற தலைப்பில் அலங்காரம் பெற்றிருந்தது. 1801ம் ஆண்டு சார்லஸ் ஹாட்செட்டு என்ற பேர் பெற்ற விஞ்ஞானி அவ்வழகிய பொருள் மீது நாட்டம் கொண்டார். அதை ஆராய்ந்த அவர் அப்பொருளில் இரும்பு மட்டும் இல்லை. அதனுடன் மாங்கனெஸெ மற்றும் ஆக்ஸைடு உள்ளது என்று அறிந்தார். ஆனால் அதுமட்டும் எல்லாம் அல்ல. அறியாப் பொருளும் அதில் இருந்தது. சோதித்துப் பார்க்கையில் அப்பொருள் அமில ஆக்ஸைடும் பொருளை உண்டாக்கியது. வேதியாளர் அதற்கு கொல்லம்பியம் என்று பெயர் சூட்டினார்.

ஓராண்டுக்குப் பின்னர் (1802) ஸ்வெதிஷ்ஷு விஞ்ஞானி எகெப்பெர்க்கு சில ஸ்காண்டிநேவிய படிமங்களில் புதிய பொருள் ஒன்றினைக் கண்டார். அப்பொருளுக்கு இதிகாச புருஷன் தண்டலஸ் என்பவரைக் கௌரவிக்கும்விதமாக தண்டலம் என்று பேரிட்டார். மெய்யாக அப்பொருளின் ஆக்ஸைடை அமிலங்களில் கரைக்க முற்பட்டு நொந்ததின் விளைவாக (தண்டலஸ் பெற்ற தண்டனைகள்) நினைவாக இப்பேர் பெற்றது. தண்டலம் மற்றும் கொல்லம்பியம் ஆகிய இரு பொருட்களும் ஒத்து இருந்தமையால் பல வேதியாளர்கள், பெர்செலியஸ்ஸு உட்பட தாங்கள் இரண்டு வெவ்வேறு பொருட்களை ஆய்வு செய்யவில்லை. ஏகப் பொருள் தான் அது. அது தண்டலம் என்று உறுதிப்பட்டுக் கொண்டனர்.

பிறகு பெற்செலியஸ்ஸு தான் கொண்ட முடிவில் ஐயம் கொள்ளத் தொடங்கினார். அவர் தனது சிட்டரான ஜெருமன் வேதியாளர் பிரதெரிக்கு வோலெர் என்பவருக்கு எழுதினார். “தாங்கள் எனக்கு அனுப்பிய X என்ற பொருளை தங்களுக்கே திருப்பி அனுப்புகிறேன், என்னால் இயன்றவரை சாமர்த்தியமாக அதனிடம் கேள்வி கேட்டேன், ஆனால் எனக்கு ஏனோ தானோ என்ற பதில்கள்தான் கிடைத்தது. “நீ தைத்தானியம் தானே?” என்று கேட்டேன். அதற்கது சொன்னது, “ஆனால் நான் தைத்தானியம் அல்ல என்று உங்களுக்கு வோலர் சொன்னது நினைவு இருக்கட்டும்! அப்பொருளை ஆதாரப்பூர்வமாக ஸ்தாபிக்க வேண்டி நீ ஜிர்க்காணியம் தானே?”

இல்லை என்று பதிலளித்த அப்பொருள், நான் சோடாவில் கரைந்து போகிறேன் ஜிர்க்காண் படிமம் அவ்வாறு கரைவதில்லை

என்றது. நீ தான் ஈயமா? என்று கேட்டேன். நான் ஈயமும் கொண்டிருக்கின்றேன், ஆனால் மிகச் சிறிய அளவுதான் என்றது. நீ தான் தண்டலம் எனும் பொருளோ? என்றேன். அதற்கு அப்பொருள், "நான் தண்டலமுக்கு உறவுதான், ஆனால் நான் காஸ்டிக்கு பொட்டாஷில் படிப்படியாக கரையத் தொடங்கி அதிலிருந்து படியத் தொடங்குகையில் நான் காய்ந்த மஞ்சள் நிறம் கொண்டுள்ளேன்" என்றது. "அப்படி என்றால் நீ என்ன இழவுதான் என்று சொல்'' என்று அதனிடம் காரசாரமாக கேட்டேன். அப்பொருள் எனக்கு பதில் கூறியதுபோலத் தோன்றியது. அவர்கள் இதுவரை எனக்கு பேர் சூட்டிடவில்லை. ஆனால் அப்பொருள் கூறியவற்றை நிஜமாக நான் கேட்கவில்லை. ஏனெனில் அதன் பதில் என் வலது செவியில் உணரப்பட்டது, எனது வலது செவி மிகவும் கெட்டுவிட்டது. தாங்கள் அனுப்பிய குறும்புக்கார பொருளை உங்களிடமே திருப்பி அனுப்பிவிடுகிறேன். ஆகையால் அதனிடம் இன்னொரு விசாரணை செய்யலாம்.

துயரத்தின் இறைவி :

ஆனால் வோலரும் ஹாட்செட்டு மற்றும் எகெர்ப்பெர்க் கண்டறிந்த பொருட்களிடையில் உள்ள உறவை உறுதிபடுத்திக் கொள்ளத் தவறினார். இறுதியாக ஜெருமன் வேதியாளர் ஹெயின்ரிக் ரோசு என்பவர் 1844ம் ஆண்டு கொலம்பைட்டு படிமம் இரண்டு வெவ்வேறு பொருட்கள் தண்டலம் மற்றும் கொலம்பியம் கொண்டது என்று நிரூபித்தார். இரண்டாவது, பொருளுக்கு ரோசு ஒரு புதிய பேரிட்டார். அதுவே "நையோபியம்" என்பதாகும். கிரேக்க இதிகாசப்படி தண்டலஸ் ஈன்றெடுத்த புதல்வியான "நையோபெ" என்பவள் வருத்தத்தின் இறைவி ஆவாள். ஆனால் அதன் முதற்பேரான கொல்லம்பியம் நெடுங்காலம் சில நாடுகளில நிலவி வந்தது. பிரிட்டன் மற்றும் அமெரிக்கா போன்ற தேசங்களை இதற்கு உதாரணமாகக் கூறலாம். ஆனால் 1950ம் ஆண்டு சர்வதேச வேதியல் சங்கமின் பேரிடும் குழு நிலவி இருந்த கருத்து வேற்றுமைக்கு முடிவு கட்டி உலகு எலாம் உள்ள வேதியாளர்கள் இப்பொருளை "நையோபியம்" என்று தான் அழைக்க வேண்டும் என்று செய்த பரிந்துரை அழைமுறையானது.

முதலில் இம்முடிவை அமெரிக்கா மற்றும் பிரிட்டன் ஆகிய தேசங்கள் வாபஸ் பெற வைக்க முயற்சி செய்தனர். ஏனெனில் இப்பேரிடுவது அஞ்ஞாயம் என்று அவர்கள் கருதினர். ஆனால் சர்வதேச விஞ்ஞானிகள் சங்கம் அளிக்கும் தீர்ப்பு இறுதியானதும்

மேல்முறையீடுக்கு செல்லக்கூடாததும் ஆகும். ஆகையால் கொலம்பியர்கள் உள்ளதைக் கொண்டு தங்கள் விதியினை எண்ணி புலம்புவதை தவிர வேறு ஏற்பாடு இல்லை. அதைத் தொடர்ந்து புதிய சின்னம் Nb அமெரிக்க மற்றும் பிரிட்டிஷ் வேதியியல் இலக்கண ஏடுகளில் அறிமுகம் செய்யப்பட்டது.

தண்டலம் மற்றும் நையோபியம் இயற்கையாக அவற்றுள் இருந்த அமோக ஒற்றுமையின் காரணமாக நடத்திய கூட்டுக் குடும்ப வாழ்க்கையால் இரண்டின் தொழில் முறை உற்பத்தியும் நெடுங்காலம் நிறுத்தி வைக்கப்பட காரணமாய் அமைந்தது. பிறகு மிகத் தாமதமாக ஸ்விஸ் வேதியாளர் மாரிகநாக்கு என்பவர் இவ்விரண்டு வேதியல் இரட்டைப்பிறவிகளையும் தொழில் முறையில் பிரிக்க வழிகண்டார். இவ்விரண்டு பொருட்களின் கூட்டுப் பொருட்கள் கரைந்திடும் தன்மையின் அடிப்படையில் வழி காணப்பட்டது.

19ம் நூற்றாண்டின் இறுதியில் பிரெஞ்ச்சு வேதியாளர் ஹென்றி மொய்சன் என்பவர் பரிசுத்த நையோபியம் மின்வெப்ப முறைப்படி தயாரிக்க இயலும் என்று நிரூபித்துக் காட்டினார். அவர் மின்னடுப்பில் கரிபன் துணை கொண்டு நையோபியம் ஆக்ஸைடை குறைத்து வெற்றி கண்டார்.

தொழில்துறையில் கூட்டணி :

இரும்பு சாராப் பொருட்களில் அலாய் பொருளாக நையோபியம் பரவலான பயன்பாடு காண்கிறது. உதாரணமாக, அற்கலை வகைப் பொருட்களுடன் எளிதில் கரையும் ஏலமினியம் வெறும் 0.05% நையோபியம் சேர்க்கப்பட்டால் தனிக்காட்டு ராஜா போன்று திகழ்கிறது. செம்புடன் நையோபியம் சேர்ந்தால் செம்பு கடினம் ஆகிறது. அதுபோன்று தைத்தானியம், மாலிபதெனம் மற்றும் ஜிர்க்காணியம் ஆகியவை வலிமை யுடன் கடும் வெப்பத்தையும் தாங்கும் திறன் உடையதாக மாறு கிறது. குறைவான சீதோஷ்ண நிலைகளில் எஃகு கண்ணாடிபோல் நொறுங்கும் தன்மை கொண்ட தாகிறது. இந்தப் பின்னடைவிலிருந்து

மீள நையோபியம் வழி செய்கிறது. எஃகுடன் 0.7% நையோபியம் சேர அப்பொருள் ^{0}செண்டி கிரேடுக்கு கீழ் - 80^{0} செ.கி ஆனாலும் வலிமையுடன் திகழ்கிறது. இந்த குணாம்சம் உறைய வைக்கும் அதி உயரங்களில் பறக்கும் ஜெட் விமானங்களுக்கு மிக முக்கியமானது என்பது குறிப்பிடத்தக்கது.

நையோபியம் தானாக முன்வந்து உடன்பிறவா பொருட்களுடன் கூட்டணி அமைக்கிறது. அமெரிக்காவைச் சார்ந்த வெஸ்டிங் ஹவுஸ் கம்பெனி சூப்பெர் - ப்யூர் நையோபியம் தயாரித்த பொழுது வாடிக்கையாளர்கள் 2500^{0} செ.கிக்கும் அதிகமான போதும் இளகி ஓடாமல் அப்பொருள் இருந்தது கண்டு வாய் பிளந்தனர்.

ஏனெனில் நையோபியமின் இளகுநிலை 2468டிகிரி செல்சியஸ் ஆகும். பரிசோதனைக் கூடத்தில் சூப்பெர்ப்யூர் நையோபியம் ஆய்வு செய்யப்பட்டதில் அதில் சிறிதளவு ஜிர்க்காணியம் கலத்திலிருந்து வெளிச்சமானது. அச்சம்பவம் நையோபியம் - ஜிர்க்காணியம் அலாய் பொருட்களுக்கு வழிவகுத்தது.

கூட்டணியில் முன்னணி :

பிற பொருட்களை நையோபியம் உடன் அறிமுகம் செய்வதாலும் மதிப்புமிக்க பல தன்மைகளை இப்பொருள் பெறுகிறது. துங்கஸ்தென் மற்றும் மாலிபதெனம் ஆகியவை சேர்வதால் வெப்ப எதிர்ப்பு ஆற்றல் திடநையோபியமுக்கு கூடுகிறது. செம்பு அதன் மின்நடத்தலை மேம்படுத்துகிறது, ஏலமினியம் அதனை வலிமை ஆக்குகிறது. மின்னோட்டத்தை செலுத்துவதில் செம்பைவிட 8 மடங்கு நையோபியம் திறன் குறைவானது, ஆனால் 20% செம்புடன்கூடிய நையோபியம் அலாயானது உயர்ந்த மின்னோட்டமுடன் தூய செம்பைவிட இரண்டு மடங்கு வலிமையாகவும் கடினமாகவும் உள்ளது. தண்டலம் உடன் நையோபியம் இணையும்பொழுது அப்பொருள் சற்பூரிக் மற்றும் ஹைட்குளோரிக் அமிலங்களால் 100 டிகிரி செல்சியஸிலும் பாதிப்படைவது இல்லை.

ஜெட்டர்ப்பைன் :

ஜெட்டர்ப்பைன் பிலேடு அலாய்களில் நையோபியம் இன்றியமையாதது. ஏனெனில் அப்பொருள் உயர் வெப்ப நிலைகளில் அதன் பலத்தைத் தக்க வைத்துக்கொள்ள வேண்டும்.

நையோபியம் கொண்ட அலாய்கள் மற்றும் தூய நையோபியம் கொண்டு சூப்பெர்ச்சானிக் ஜெட்களின் பாகங்கள் தயாரிக்கப் படுகின்றன. விண்ணூர்திகள் மற்றும் செயற்கை புவிக்கோள் களும் நையோபியம் கொண்டு தயாரிக்கப்படுகின்றன.

அதிப்பாய்ச்சல் :

அறிந்த எல்லாப் பொருள்களிலும் நையோபியம் சிட்டானைட் - நையோபியம் மற்றும் ஈயமாலான பொருள் - உயர்ந்த, எளிதில் எட்டக்கூடிய வெப்பநிலையில் அதிப்பாய்ச்சல் தன்மை கொண்ட பொருளாகிறது. இப்பொருளில் அதிப் பாய்ச்சல் ஆற்றல் 118 அல்லது -255 டிகிரி செல்சியஸில் அமை கிறது. இப்பொருளில் இருந்து தயாரிக்கப்படும் அதிப்பாய்ச்சல் காந்தம் அளப்பறிய காந்தமாற்றல் தன்மையை வெளிப்படுத்து கிறது. 16 சென்டிமெட்ரிக் சுற்றளவும், 11 சென்டிமெட்ரிக் உயர மும் கொண்ட காந்தம் மீதான இப்பொருளின் சுருள் 100000 திறன் கொண்ட காந்தக்கதிர் வீச்சை வெளிப்படுத்துகிறது. இத்துடன் ஒத்து நோக்குகையில் இப்புவியின் காந்தவரம்பு சிறிது தான்.

அரிப்பெதிரி :

தொழில்நுட்பத்தில் சுத்தமான நையோபியம் பலதரப் பட்ட வகையில் உபயோகம் செய்யப்படுகிறது. அதன் குறிப்பிடத்தக்க அரிப்பு எதிர்ப்பாற்றல் கொண்டு வேதியல் பொறியியல் பலவித தேவைகட்கு சேவை ஆற்றிட விதி அதனைப் பணித்துள்ளது. ஹைட்ரோ குளோரிக் அமிலம் உற்பத்தி செய்யப்படும் குழாய்களில் நையோபியம் உபயோகப்படும்பொழுது அதிக செறிவுள்ள அமிலம் கிடைக்கப்பெறுகிறது.

அணு உலைகளிலும் நையோபியம் உற்பத்தி செய்யப்படு கிறது. அங்கு ஜிர்க்காணியம் உடன் பயன்படுத்தப்படுகிறது. சில சமயம் அதற்கு ஈடாகவும் வெற்றிப் பங்கு கொள்கிறது. அணு உலைக்குழாய்களில் குளிரச்செய்யும் திரவங்களாக பயன்படும் இளகிய சோடியம் மற்றும் பொட்டாசியம் ஆகியவை எவ்வித சேதத்தையும் ஏற்படுத்தாமல் நையோபியம் குழாய் வழியில் செல்லுவதால் அதனாற்றல் அதிகரிக்கின்றது. கதிரியக்கக் கழிவுகள் கொள்கலன்களிலும் நையோபியம் பயன்படுத்தப்படுகிறது.

முக்கிய உடல் நலப் பணியாளர் :

தண்டலம் போன்று நையோபியமும் உடல் திசுக்களில் எவ்வித பாதிப்பும் ஏற்படுத்துவதில்லை, மாறாக உடல் திசுக்களுடன் இணைந்து வளரும் இப்பொருள் உடல் திரவங் களாலும் உந்தப்பட்டு செயலாற்றுவதில்லை. இப்படிப் பட்ட தன்மையால் அறுவை மருந் தாளுமை நிபுணர்களின் கவனத்தை ஈர்த்துள்ள நையோபியம் தன்னைத் தானே முக்கிய உடல்நலப் பணியாளர் என்று கருதிக் கொள்ள லாம்.

காசு :

சமீப காலங்களாக காசு தயாரிப்பில் ஈடுபட நையோபியம் அவர்கள் உத்தேசித்து வருகிறார் என்ற பேச்சு அடிபடுகிறது. வெள்ளியின் பற்றாக்குறையால் திடக்காசு தயாரிப்பில் நையோபியம் உபயோகப்படும் என்று அமெரிக்க நிதிக்குழுக்கள் ஆருடம் சொல்கின்றனர். ஏனெனில் வெள்ளியும் நையோபிய மும் கிட்டத்தட்ட ஒரே விலைதான்.

அதிகம் தான் :

புவிப்பரப்பில் நையோபியம் உள்ள அளவை பல்வேறு இடங்களில் வரும் தகவல்களைக் கொண்டு நாம் ஆராய்ந்து பார்த்தால் கடந்த பல வருடங்களாக இப்பொருள் தொடர்ந்து பெருகி வருவதை காண்போம். நையோபியமின் உள்ளளவு எந்த மாற்றமும் பெறவில்லை என்றாலும் அது உற்பத்தியாகும் அளவு தொடர்ச்சியாக அதிகரித்துள்ளது. கடந்த சில ஆண்டுகளாக ஆப்பிரிக்க கண்டத்தில் அமைந்துள்ள நிக்கெரியா நாட்டில் பெருமளவு நையோபியம் குவிந்துள்ளது அறியப்படுகிறது. அந்த நாடு தான் உலக மார்க்கெட்டில் இப்பொருளை அதிக அளவு அனுப்பி வைக்கிறது.

ரஷ்யாவில் கோல தீபகற்பம் படிமங்களின் தாய்வீடு என்று கருதப்படுகிறது. பல காலங்கள் இப்பகுதி தரிசு நிலம் என்றும்

ஒன்றுக்கும் உதவாத வீண் என்றும் கருதப்பட்டு வந்தது. ஆயினும் 1763ம் ஆண்டு மிக்காயில் லோமோநோசோவ் அவர்கள் கணித்து கூறியதாவது: 'வட பகுதியில் இயற்கை வளங்கள் அதிகம் உள்ளது என்றும் வெள்ளைக் கடல் பல படிமங்களைக் கொண்டுள்ளது என்றும் கருதிட சான்றுகள் பலவற்றை நான் காண்கிறேன். ரஷ்யப் புரட்சிக்குப்பின் இப்பகுதியில் ஏராளமான படிமங்கள் காணப்பட்டுள்ளது. அவற்றுள் குறிப்பிடத்தக்கது லோபரைட்டு ஆகும். இப்படிமம் 8% நையோபியம் கொண்டுள்ளது. இதனுடைய ரசனையான தகவல் என்ன எனில் கிட்பிணி மேசிப்பு எனும் பகுதியில் அலெக்சாண்டர் பெரிசிமேன் என்பவரால் கோல தீபகற்பத்தில் அறியப்பட்ட இப்பொருள் உலகில் வேறெங்கும் காணப்படுவதில்லை' என்பதாகும்.

...எண்.41 என்று வாசற்கதவில் நையோபியம் என்ற பேர் தாங்கிய ஒண்டுக்குடித்தன வாடகை வீட்டுக்காரர் பற்றிய இவ்வளவு தகவல்கள் கொஞ்சம் அதிகம்தான்.

13. மாலிபதெனம்

இரும்புக்கு விசுவாசம் :

அறுசுவை உண்டி தயாரிக்க வேண்டின் அதில் பல மசாலா பொருட்களை சமையல்காரர் சேர்க்கிறார். அதுபோல எஃகு மதிப்புள்ள தன்மை பெற்றிட அதற்கு பல கூட்டணிப் பொருட்களை கருமான் சேர்க்கிறார்.

ஒவ்வொரு மசாலாப் பொருளும் ஒரு தனித்துவம் கொண்டது. ஒன்று உண்டியின் சுவையை மேம்பாடு அடைய செய்கிறது. அடுத்தொன்று உண்டியை நறுமணம் கொண்டதாகவும், செரிமானம் உடையதாகவும் ஆக்குகிறது. மூன்றாவது உண்டியை காரசாரமாக்குகிறது. ஆனால் எஃகுக்குள் குரோ மியம், தைத்தானியம், நிக்கெல், துங்கஸ்தென், மாலிபதெனம், வேணடியம், ஜிர்க்காணியம் மற்றும் பிற பொருட்கள் சேரும் பொழுது கொள்ளும் அற்புதத்தன்மையை எண்ணிப் பார்த்து விவரித்தால் நளபாகச் சுவை அறிதலைவிட அரிதாகும்.

இந்த அத்தியாயமானது இரும்புக்கு வலிமை கூட்டும் விசுவாசமிக்க பொருளான மாலிபதெனம் குறித்த தகவல்கள் உள்ளடக்கியது.

1778ம் ஆண்டு ஸ்வெதிஷ் வேதியாளர் காரல் வில்ஹெல்ம் ஸ்கீலெ என்பவர் மாலிபதெனம் என்ற பொருளைக் கண்டறிந்தார். அவர் கண்டறிந்த பொருளுக்கு கிரேக்கப் பேர் சூட்டப் பட்டது. (கிரேக்கத்தில் மாலிபதஸ் என்றால் சிறிய அற்புதம் என்று அர்த்தம்)

1783ம் ஆண்டு ஸ்வெதிஷ் வேதியாளர் பி.எச்.ஜெல்ம் என்பவர் திடத்தூளாக இப்பொருளை பிரித்து எடுப்பதில் வெற்றி கண்டார். ஆனால் அவர் பிரித்தெடுத்த இப்பொருளில் கரிபைட்கள் அதிகம் கலந்திருந்தன. பரிசுத்தமான மாலிபதெனம் பெற்றிட 100 ஆண்டுகள் காத்திருக்க வேண்டிய அவசியம் ஏற்பட்டது.

மாலிபதெனமின் “பணிப்பதிவேடு” பல நூற்றாண்டுகள் பழமையானது. மாலிபதனைட் என்ற படிமம் ஸ்லேட் உடன் பல்பமாக உபயோகிக்கப்பட்டது. ஆவலுள்ள தகவலாக இன்றளவும் கிறீஸ் தேசத்தில் பென்சில் என்பது மாலிபதன் என்று அழைக்கப்படுகிறது.

மேடு பள்ளமற்ற சாலையில் விபத்து :

சேப்போரேசெட்ஸ் என்ற கார் தயாரிப்பு நிறுவனம் தங்கள் தயாரிப்புகளை சாலையில் பரீட்சை செய்து கொண்டிருந்தது. எல்லா கார்களும் நல்லபடியாகத்தான் ஓடிக் கொண்டிருந்தது. ஆனால் திடீரென்று ஒரு கார் சீரான சாலையில் அந்தர் கரணமடித்து விபத்துக்குள்ளானது. சுபயோகமாக அந்த வாகனத்துள் இருந்தோர் காயமின்றி உயிர் தப்பினர். விபத்துக்குக் காரணம் கார் என்ஜினின் எஃகுப் பாகங்களின் மேற்புறம் கரடுமுரடாய் இருந்ததும் அதன் காரணமாக உராய்வும் தேய்மானமும் ஒருங்கிணைந்து செயல்பாடு நின்றுவிட்டதென்று அறியப்பட்டது.

என்ஜின் பழுதடைந்து வருங்காலத்தில் மேற்கூறியது போல விபத்துக்கள் நிகழாமல் இருக்க தக்கதொரு உராய்வு நீக்கியை கண்டறியத் தேவை ஏற்பட்டது. விஞ்ஞானிகள் மேற்கொண்ட முயற்சியால் எஃகுப் பாகங்களை வெறும் 2% மாலிபதெனைட் திரவத்தில் முக்கி எடுத்தால் அற்புதமான திட உராய்வு நீக்கி அமையப்பெறும் என்று கண்டறியப்பட்டது. இத்தொழில் நுட்பம் மேம்பாடு செய்யப்பட்டு அத்தொழிற்சாலை வாகனங்கள் பழுதில்லாமல் சாலைகளில் உலா வரத் தொடங்கின.

நிறம் மாறும் கண்ணாடி :

பல ஆண்டுகளுக்கு முன்னர் அமெரிக்க ஆராய்ச்சி யாளர்கள் அசாதாரணமான கண்ணாடியொன்றினை தயார் செய்தனர். ஒரு நாள் பொழுதில் நேரத்துக்கு தக்கபடி அக் கண்ணாடி அதன் நிறத்தை மாற்றிக் கொண்டது. காலைக்

கதிரொளியில் நீலநிறம் கொண்டிருந்த அக்கண்ணாடி அந்தி மயங்கியதும் நிறமற்றதாக மாறியது. இப்படி ஒரு தன்மை பெற்றிட இளகிய கண்ணாடியில் மாலிபடினம் சேர்க்கப் பட்டது. அல்லது இரண்டு கண்ணாடித் தகடுகள் இடையில் மெல்லிய மாலிபடினமான படலம் சேர்க்கப்பட்டது காரண மாகும்.

எஃகு கவசம் :

உலகம் தயாரிக்கும் மாலிபடினமில் 90% சிறப்பு எஃகு தொழிற்சாலைக்கு சென்று விடுகிறது. 1886ம் ஆண்டு ரஷ்யாவின் செயிண்ட் பீட்டர்ஸ்பர்க் நகரில் அமைந்துள்ள பட்டிலோவ் தொழிற்சாலையில் மாலிபடினம் கொண்டு எஃகு மேம்பட முதல் முயற்சி செய்யப்பட்டது. ஆனால் அதற்கு வெகுமுன்பாகவே இப்பொருளால் எஃகு தன்மை உயர்ந்திட்ட வரலாறு உண்டு.

ஜப்பானின் சாமுராய் வீரர்களின் வாட்கள் அசாதாரண கூர்மையுடன் திகழும் இரகசியத்தை அறிய பல காலமாக மேற்கொள்ளப்பட்ட முயற்சிகள் எல்லாம் படுதோல்வியில் முடிவடைந்தன. தலைமுறை தலைமுறையாக பொருளாளர்கள் பலர் சூரியன் உதயமாகும் நாட்டில் செய்யப்படும் வாளைப்போல் வாள் செய்ய மேற்கொண்ட முயற்சிகள் விழலுக்கு இரைத்த நீரானது. இதில் முதல்முறையாக வெற்றி கண்டவர் மாபெரும் ரஷ்ய பொருளாளர் பேவெல் ஏனோசாவ் (1709-1851) ஆவார். சாமுராய் வீரர்கள் தாங்கிச் செல்லும் வாட்கள் மாலிபடினம் கொண்டவை என்று அவர் நிரூபித்தார். இப்பொருள் கூட்டப்பட்ட எஃகு கடினமாகவும் சிதைந்துபோகாமலும் ஒருங்கிணைந்து இருந்தது. ஏனெனில் கடினமானால் சிதைவுக்கான வாய்ப்பு அதிகரிக்கும் என்று நம்பப்பட்டது.

கடினமாகவும் சிதைந்து போகாமல் இருக்கும் தன்மையும் கவச எஃகுக்கு இன்றியமையாத பண்பாகும். 1916ம் ஆண்டு நடைபெற்ற முதலாம் உலகப் போரில் பிரிட்டிஷ் மற்றும் பிரெஞ்சு கவச வாகனங்களான டாங்கிகள் கடினமான, ஆனால் விரிசலுக்கு வழிவிடும் மாங்கனிஸ் எஃகு கொண்டு தயாரிக்கப்பட்டன. ஐயகோ! ஜெர்மானியர்களால் விடுவிக்கப்பட்ட ஷெல்கள் 75 எம்.எம். அடர்த்திக் கொண்ட அந்த கவச வாகனங்களுள் வெண் ணெயுள் வெட்டி நுழைவதுபோல எளிதாக பிளந்து உட்சென்று வெடித்தன. ஆனால் அந்த டாங்கிகளுள் ஷெல் புகாமில் இருக்க

அதனைத் தயாரிக்கும் எஃகுள் வெறும் 1.5-2% மாலிபதெனம் சேர்த்தால் போதுமானது. எல்லாவற்றிற்கும் மேலாக இப்படி தயாரிக்கப்பட்ட எஃகு கவசம் முன்பை விட அடர்த்தியில் மூன்றில் ஒரு பங்கு இருந்தாலும் 100% பாதுகாப்பானதாக இருக்கும் என்பது வியத்தகு விஷயம்.

எது எவ்வாறானாலும் கவசம் மட்டும் எஃகுடன் மாலிப தெனம் சேர்க்கையால் உருவாகும் பொருள் அல்ல. இந்த எஃகு கொண்டு துப்பாக்கி குழாய்கள், வானூர்திகள், வாகன பாகங்கள், நீராவி என்ஜின்கள், இராட்சத விசிறிகள், வெட்டிடும் கருவிகள் மற்றும் க்ஷவர பிலேடுகள் தயார் செய்யப்படுகின்றது. வார்ப்பு இரும்புக்கு வலிமையும், துரு எதிர்ப்புத்தன்மை அதிகரிப்பு மாலிபதெனம் கலந்தால் உண்டாகிறது.

இரும்புப் போல் :

மாலிபதெனமின் சிறப்பான அலாய் தன்மைக்கு காரணம் இரும்புக்குள்ள மூலக்கூறு போன்று மாலிபதெனம் மூலக்கூறு கொண்டதுதான் என்று அறியப்பட்டுள்ளது. இந்த இரண்டு பொருட்களின் அணு அளவும் ஏறத்தாழ ஒன்றுதான். ஆனால் மாலிபதெனம் இரும்புக்கு மட்டும் கச்சிதமாய் பொருந்து வதுடன் நிற்பதில்லை. குரோமியம், கோபாலத், மற்றும் நிக்கெல் ஆகியவற்றுடனும் ஒருங்கிணைகிறது. இப்பொருட்கள் அமிலங் களுக்கு எதிராற்றல் கொண்டுள்ளபடியால் வேதியலுப கரணங்கள் தயாரிப்பதில் பயன்படுகிறது.

கடுங்குளிரால் ஆபத்து இல்லை :

திரவ வடிவிலான வாயுக்கள் பரவலாக குளிர்சாதனப் பொறியியலில் பயன்படுத்தப்படுகிறது. இதில் நைட்ரஜன் பிரதான

பங்கு வகிக்கிறது. கடுங்குளிர் ஏறத்தாழ 0க்கு கீழ் 200டிகிரி செல்சியஸ் அதை திரவ நிலையில் தக்க வைத்திட தேவைப்படுகிறது. அத்தகைய சீதோஷ்ண நிலையில் எஃகு கண்ணாடி போல சுக்கு நூறாய் சிதறும் பொருளாகிறது. திரவ நைட்ரஜன் சேமிக்கப்படும் கொள்கலன் சிறப்பான குளிர்தாங்கி எஃகு கொண்டு உருவாக்கப்படுகிறது. எனினும் இந்த எஃகும் நீண்ட காலம் நிவர்த்தி செய்யப்படாத குறைபாடு ஒன்று கொண்டிருந்தது. அந்தக் குறைபாடு என்னவெனில் அந்த எஃகுக்கு மாலிபதெனம் சேர்க்கப்படாத வரையில் இணைப்பு பலமாக இல்லை. முன்னதாக வெல்திங் செய்யப்பட்ட போது குரோமியம் உபயோகிக்கப் பட்டது, அதன் காரணமாக விரிசலுண்டானது அறியப்பட்டது. ஆராய்ச்சியில் மாலிபதெனம் விரிசலை தவிர்த்தது தெரியவந்தது. இறுதியாக எஃகுக்கு 20% மாலிபதெனம் சேர்த்தால் -200டிகிரி செல்சியஸ் போன்ற உறை குளிரில் எஃகும் அதன் வெல்திங்கும் காக்கப்படும் என்று நிரூபணம் ஆனது.

மனித உதிரி பாகங்கள் :

சமீப காலத்தில் பொருளாளர்கள் ஒரு புதிய குறிப்பிடத்தக்க கூட்டுப் பொருளை கண்டறிந்தனர். அதன் பேர் கோபோக்ரோம். கோபால்த், மாலிபதெனம் மற்றும் குரோமியம் கலந்த பொருளான அது மனித உதிரி பாகங்கள் தயாரித்திட அற்புதமாய் ஒத்துழைத்தது. எவ்விதத்திலும் உடல் உறுப்பு களுக்கு தீங்கு விளைவிக்காத அப்பொருள் அறுவை சிகிச்சை நிபுணர்களால் சேதமான மூட்டிணைப்புகள் மாற்றத்தில் பயன் படுத்தப்படுகின்றது.

பச்சைப் பட்டாணி பாக்கியசாலி :

மாலிபதெனம் பயன்படக் கூட்டணி அமைத்துள்ள மற்றொரு துறை வேளாண்மை ஆகும். மிக நுணுக்கமான அளவில் மண்ணில் அல்லது தீவனங்களில் சேர்க்கப்பட்டால்கூட மந்திரவித்தைபோல் வளர்ச்சி காட்டக்கூடிய ஆற்றலை சில பொருட் கள் பெற்றுள்ளன. அப்படி மந்திர வித்தை புரிந்திடும் பொருட் களில் மாலிபதெனமும் ஒன்றாகும். மிகச் சிறிய அளவில் சேர்க்கப்பட்டாலும் சில பயிர்களின் விளைச்சலை மாலிப தெனம் அமோகம் ஆக்குகிறது. அம்மோனியம் மாலிபதெனைட் கொண்டு பதம் செய்யப்பட்ட பச்சைப் பட்டாணி சராசரிப் பட்டாணியைவிட 30% அதிக விளைச்சல் தருகிறது. பயிர்களுள் செல்லும் மாலிபதெனம் அதன்

நைட்ரஜன் கொள்திறனை உயர்த்துகிறது. இந்த செயல்முறை பயிர் வளர்ச்சிக்கு இன்றியமையாத தேவை ஆகும். பயிர்த் திசுக்களில் உள்ள புரதச்சத்து, குலோரபில், மற்றும் விட்டமின்கள் அபரிமிதமாக பெருக மாலிபதெனம் ஊக்கம் அளிக் கிறது. சில நஞ்சுள்ள தாவரங்களுக்கு மாலிபதெனம் இயமனாகவும் அமை கின்றது என்பது ரசனைக்குரிய முரண்பாடு ஆகும்.

அழையா விருந்தாளிகள் :

துரதிர்ஷ்டவசமாக இப்பொருள் மானுட குலத்துக்கு நன்மை பயக்காது என்று எண்ணத்தகுந்த சில காரியங்களில் ஈடுபடுகிறது. மாலிபதெனமின் "நெகட்டிவ்" மறுபக்கம் ரஷ்ய அறிஞர்களால் தோல் உரித்த காட்டப்பட்டது.

1966ம் ஆண்டு இறுதியில் விலாதிவோஸ்தாக் துறை முகத்தில் இருந்து மிகைல் லேமோரேசோவ் என்ற கப்பல் புறப்பட்டது. உலகில் உள்ள பெருங்கடல்களில் கதிரியக்கப் பொருட்களால் ஏற்பட்டிருக்கும் மாசு குறித்து தகவல் சேகரிக்கும் பணி அதன் வசம் ஒப்படைக்கப்பட்டிருந்தது. பல மாதங்கள் அந்த கப்பல் கதிர் இயக்கம் அறியும் மாணிகளுடன் கவனமுடன் கடலில் பயணம் செய்து கொண்டிருந்தது. தங்களது பயணத்தில் ஏதாவது கதிரியக்க 'விருந்தாளிகள்' குறுக்கிடுகின்றனரா என்பதை எல்லை பாதுகாப்புப் படை வீரர்கள்போல அந்த மாணிகள் கண்காணித்து வந்தது.

ஒரு தினம் பூமத்திய ரேகையைத் தாண்டி பசிபிக் பெருங்கடலில் சஞ்சாரமற்ற பகுதியில் அக்கப்பல் பயணித்துக் கொண்டிருந்த சமயம் அதன் கதிரியக்க மாணிகள் பெருமளவில் கதிரியக்கமாசு கடலில் கலந்திருப்பதாக எச்சரிக்கை செய்தது. மாலிபதெனம் - 99, நியோதிமியம் - 147 ஆகிய கதிரியப் பொருட்கள் தான் கடலில் கலந்திருந்தன. இதில் குறிப்பிடத்தக்க விஷயம் என்னவென்றால் மாலிபதெனம் -99க்கு உள்ள பாதி ஆயுட்காலம் 67 மணி நேரம் தான். உண்மை உலகத்துக்கு தெரியவந்தது. அழையா விருந்தாளிகள் யாரெனில் கடலுக்கு அடியில் 1966 இறுதி மாதம் இருபத்தெட்டாம் நாளன்று சீனம் நிகழ்த்திய அணு ஆயுத பரிசோதனை என்று 'சீன நியூஸ் ஏஜென்சி' அறிவித்தது. அதன்

விளைவாகத்தான் பல்லாயிரம் சதுர மைல் பரப்பில் கடலில் கதிரியக்கமாசு கலந்தது தெரிய வந்தது.

ஆனால் நீதிக்காக வேண்டி மிக ஆபத்தான விளையாட்டில் ஞாயமான பங்களிப்பை தான் மாலிபதெனம் அளிக்கின்றது என்பதை கவனத்தில் கொள்ள வேண்டும். அணு ஆயுத சோதனைகள் முழுவதும் தடை செய்யப்படும் என்று நாம் எதிர்ப்பார்க்கிறோம், அதன்பிறகு மாலிபதெனம் இந்த வேண்டாத வேலையை விட்டு தள்ளி கண்டிப்புடன் மானுட குல தேவைக்காக சேவகம் செய்யும். மானுட குலம் மாலிபதெனம் என்னும் பொருளை பல்வேறு தேவைகளுக்கு உபயோகப்படுத்துவதைப் படித்திருப்பீர்கள். இந்தப் புவியில் இப்பொருள் எந்த அளவு உள்ளது?

போர்ப்பொருள் :

புவியில் மாலிபதெனம் 0.0003% உள்ளது. உலகின் பல பகுதிகளில் பரவலாக மாலிபதெனம் காணப்படுகிறது.

கடந்த நூற்றாண்டின் தொடக்கத்தில் ஒரு சில டன்கள் மாலிபதெனம் தான் உற்பத்தி செய்யப்பட்டது. முதலாம் உலகப் போரின்போது இதன் உற்பத்தி 50 மடங்கு உயர்ந்தது. (கவசம் முக்கியமானதல்லவா?) அதன் பிறகு மாலிபதெனம் உற்பத்தி வீழ்ச்சி அடைந்தது. 1925ம் ஆண்டு மாலிபதெனம் உற்பத்தி புத்துணர்ச்சி பெற்று உயர்ந்தது. 1943ம் ஆண்டு (அஃதாவது இரண்டாவது உலக மகாயுத்தம்) மாலிபதெனம் உற்பத்தி உச்சக்கட்டத்தை எட்டியது - 30000 டன்கள். இதன்காரணமாக சில சமயங்களில் மாலிபதெனம் "போர்ப்பொருள்" என்று குறிப்பிடப்படுகிறது.

செம்மயிர் :

ஜப்பான் நாட்டில் உள்ள ஓசாகா யுனிவர்சிட்டி அசாதாரண ஆராய்ச்சி ஒன்றை நடத்தியது. அதிலிருந்த விஞ்ஞானிகள் மிகப் புதுமையான உபகரணங்கள் கொண்டு மனிதனின் எரிந்த மயிரைக் கொண்டு நிகழ்த்திய சோதனையில் ஒரு முடிவுக்கு வந்தனர். அஃதாவது மயிரின் நிறம் அதனுள் இருக்கும் பொருளால் தீர்மானம் செய்யப்படுகிறது என்பதாகும். உதாரணமாக சிகப்பழகு உள்ள மயிர் என்றால் அந்த மயிரில் நிக்கெல் நிரம்ப உள்ளது. பொன்நிற மயிர் என்றால் அதில் தைத்தானியம் பெருமளவு உள்ளது. அதுபோல குங்குமம் நிறமாக மயிர்

உள்ளதே என்று யாராவது கவலைப்பட்டால், அதற்கு மாலிப தெனமைத்தான் பழிக்க வேண்டும். ஜப்பான் ஆராய்ச்சியாளர்கள் முடிவுப்படி சர்வ நிச்சயமாக மாலிபதெனம் தான் மயிருக்கு ரெட் நிறம் அளிக்கிறது. இதன் காரணமாகத்தான் இப்படிப்பட்ட பவள நிற மயிர்த்தலையினர் அணி ஒன்று செயல்பட்டு வந்ததாக ஷெர்லாக் ஹோல்ம்ஸ் என்ற துப்பறியும் நிபுணர் அறிவதாக கதை உண்டு. அதற்குக் காரணம் மாலிபதெனம்தான்.

மின்கம்பி :

1928ம் ஆண்டு முதல் ரஷ்யாவில் மாலிபதெனம் கம்பி உற்பத்தி செய்யப்படத் தொடங்கியது. 3 ஆண்டுகளில் இதன் உற்பத்தி 20 மில்லியன் மெட்ரிக் நீளமானது. உலகில் இப்பொருள் அபரிமிதமாக இல்லை. வரவிருக்கும் ஆண்டுகளில் இப் பொருளின் இருப்பு பூமியில் இருந்து சுத்தமாக சுரண்டப்பட்டு விடும். அதன்பிறகு வேற்றுக் கிரகங்களில் இப்பொருளைத் தேடி அலையும் மனிதனின் விஞ்ஞான வேட்கை ஆரம்பமாகும். எனினும் கடலிலும் இப்பொருள் கொஞ்சம் உள்ளது என்பது பொன் வைத்த இடத்தில் பூ வைப்பது போன்ற செய்திதான்!

❖

14. தண்டலம்

தண்டலஸ் பெற்ற தண்டனை :

செயுஸ் என்ற கடவுளின் மகனான பிரிகயா நாட்டை தண்டலஸ் என்பவர் ஆட்சி புரிந்து வந்தார். ஒருசமயம் தான் விருந்துக்கு அழைத்த தெய்வங்கள் இன்ப அதிர்ச்சி பெற்றிட தான் பெற்ற மகனை அறுத்து சமைத்து அறுசுவை உண்டி படைத்தார். தங்களுக்குப் படைக்கப்பட்ட கறி விருந்து தண்டலஸ் மகன் பெலாப்ஸ் என்பவனின் இறைச்சி என்பதை அறிந்ததும் தெய்வங்கள் சீற்றம் கொண்டனர். ஆகையால் இடைவிடாமல் பசி, தாகம் மற்றும் அச்சம் ஆகியவற்றால் தண்டலஸ் நரக வேதனை பெற சபித்தனர்.

இதையடுத்து தண்டலஸ் பாதாள உலகில் நிறுத்தி வைக்கப் பட்டார். அவர் குனியவோ, உட்காரவோ, படுக்கவோ இய லாது. கன்னங்கள் வரை வழிந் தோடும் தண்ணீரை குடிக்க அவர் வாய் திறந்தபோதெல்லாம் நீர் மட்டம் குறைந்து விடும். நா வறண்டு தாகம் பாடாய்படுத்தும். அப்படிப்பட்ட சூழ்நிலையில் தன் தோளுக்கு மிக அருகாமையில் மரங்களில் பழுத்து தொங்கும் கனி வகைகளைப் பறித்து தனது பசியை ஆற்றிக் கொள்ள எண்ணு பவராய் தனது கையை உயர்த்துவார். உடன் பலத்த காற்று வீசி அக்கனி தாங்கிய கிளை மேலே உயரும். பாழும் பாவியான அவர் கரங்களால் அக்கனியை எட்டிப் பறிக்க

இயலாமல் பசியால் வாடிடுவார். அவருக்கு தலைமேல் எப்பொழுதும் விழலாம் என்றபடி பாறாங்கல் ஒன்று தொங்கிக் கொண்டு சாவு தரும் அச்சத்தை உண்டாக்கி இருக்கும். இவற்றிடையில் சிரஞ்சீவியாய் தண்டலஸ் உழன்று கொண்டிருப்பார். இவ்வாறுதான் கிரீஸ் நாட்டு இதிகாசங்கள் 'தண்டலஸ் பெற்ற தண்டனைகள்' குறித்து விளக்குகின்றன.

நான் பெற்ற தண்டனை :

ஸ்வெடென் நாட்டு வேதியாளர் ஏண்ட்ரெஸ் எகெர்ப் பெர்க் என்பவர் 1802ம் ஆண்டு தான் கண்டு கொண்ட புதிய பொருளின் ஆக்ஸைடை அமிலங்களில் பிரிக்க மேற்கொண்ட முயற்சிகளில் எல்லாம் தோல்வியைக் கண்டதும் மேற்சொன்ன கதையை நிச்சயம் எண்ணிப் பார்த்திருப்பார். வெற்றிக் கோட்டை தொட்டுவிட அவர் செய்த முயற்சி கானல்நீராக தான் கண்ட பொருளை தனியே பிரித்தெடுக்க தவறினார். எட்டாத திராட்சை கொத்தை சீச்சீ இந்தப் பழம் புளிக்கும் என்று குள்ளநரி புறக்கணித்த நீதிக்கதை போல தனது டார்ச்சரான பரிசோதனை அனுபவங்களை நிறுத்திவிட்டார். இப்படித்தான் படாதபாடு படக் காரணமாய் அமைந்த பொருளுக்கு 'தண்டலம்' என்று பேர் சூட்டி நொந்தார்.

மாற்றான் :

எனினும் சிறிது காலம் கழிந்தபின்னர் தண்டலம் தனிப்பிறவி அல்ல இரட்டைப் பிறவி என்று தெளிவானது. தண்டலம் அறியப்படுவதற்கு ஒரு ஆண்டுக்கு முன்பாக பிரிட்டிஷ் வேதியாளர் சார்லஸ் ஹாட்செட் என்பவர் 1801ம் ஆண்டு கண்டறிந்த அப்பொருள் கொல்லம்பிளம் என்றழைக்கப்பட்டது. இவ்விரண்டு பொருள்களும் அச்சடித்ததுபோல் வேற்றுமையின்றி விளங்க குழப்பமான பல வேதியாளர்கள் நெடும் தர்க்கவாதம் செய்தபின் இரண்டு வேறல்ல தண்டலம்தான் என்று இறுதியாக அறுதியிட்டனர்.

வேதியாளர்களுக்கிடையில் நிலவி வந்த குழப்பம் 40 ஆண்டுகள் தொடர்ந்தது. 1844ம் ஆண்டு ஜெர்மன் வேதியாளர் ஹெயின்ரிக் ரோஸ் என்பவரால் குழப்பம் முடித்து வைக்கப் பட்டது. சூரியக் குடும்பத்தில் உள்ள பொருட்களில் தனியிடம் பெற்று தண்டலம் திகழ்வதைப் போல இருக்க, கொல்லம் பிளம்முக்கும் தகுதி உண்டு என்பதை நிரூபணம் செய்தார். இந்த

இரண்டு பொருட்களும் அச்சு அசலாக ஒன்றாய் தோற்றம் கொள்ள பல ஒற்றுமைகள் இருந்தபடியால் கொலம்பியம் என்ற குழப்பப் பேரை நீக்கி அப்பொருளுக்கு நையோபியம் என்று பேரிட்டார். தண்டலம் பெற்ற மகள் கிரேக்க இதிகாச புராணத்தில் நையோபெ என்றழைக்கப்பட்டாள்.

அந்த நாள் முதற்கொண்டு தந்தையும் மகளுமாய் தண்டலமும் நையோபியமும் அக்கம்பக்கத்தில் வாழ்ந்து வருகிறார்கள். ஆனால் அவர்கள் விதி தெள்ளிய நீரோடையில் சீராகச் செல்லும் படகுபோல் இல்லை.

எத்தனையோ ஆண்டுகளாக தொழில் உலகம் சிறிதளவும் தண்டலம்மீது நாட்டம் செலுத்தவில்லை. அதற்கேற்றபடி தண்டலம் என்று எப்பொருளும் இருக்கவும் இல்லை. தண்டலம் அறியப்பட்டு 100 ஆண்டுகள் சென்ற பின்புதான் அதனை விஞ்ஞானிகளால் கன கச்சிதமாக பிரித்தெடுக்க இயன்றது சாத்தியமானது. 1903ம் ஆண்டு இது நிகழ்ந்தது. உடன் தண்டலமுக்கு வேலை கிடைத்து விட்டது. மின் விளக்கு இழைகளில் இதனைப் பயன்படுத்த பொருள் விஞ்ஞானிகள் விரும்பினர். அச்சமயம் தண்டலமுக்கு வேறு எங்கிருந்தும் அழைப்புகள் வராததால் இப்பணிக்கு சம்மதம் தெரிவித்தது, எனினும் அதன் உள் உணர்வுக்கு இது தனக்கேயான அழைப்பு அல்ல என்று உறைத்தது.

பொருள் உலகை ஆளும் கடும்போட்டி நிலவும் சட்டங்களால் பணி செய்யக் கிடைத்த வாய்ப்பையும் சீக்கிரம் தண்டலம் இழந்தது. இப்பணிக்கு துங்கஸ்தென் தேர்வு செய்யப்பட்டது, ஏனெனில் உயர் இளகுநிலை இருந்தமையால் அப்பொருள் அதிர்ஷ்டம் பெற்றது.

கட்டாயக் காத்திருப்பு :

அதன்பின்னர் தண்டலமுக்கு நிர்ப்பந்திக்கப்பட்ட ஓய்வுக் காலங்கள் விடிந்தது. விஞ்ஞான மற்றும் தொழில்நுட்ப உலகில் தண்டலமுக்கு சொற்ப பரிச்சயம் மட்டும் இருந்ததால் அணு அட்டவணையில் அதன் பேர் இடம் பெற்றதை தவிர யாரும் அதை நாடிடவில்லை. ஆனால் 1922ம் ஆண்டு அதிர்ஷ்ட லட்சுமியும் தண்டலமின் கதவை தட்டுவதை யாராலும் நிறுத்த முடியவில்லை. நேரடியில்லா மின்சாரத்தை நேரடி மின்சாரமாக மாற்றுவதில் தண்டலம் வெற்றி பெற்றது. அதைத் தொடர்ந்து தொழில் வளம் பெற்றிட தண்டலம் உருவாக்கப்பட்டது.

எவ்வளவு? எங்கெங்கே? :

புவிப்பரப்பில் தண்டலம் வெறும் 0.0002% தான் உள்ளது. ஆனால் தண்டலம் உடன் கலந்து 130 படிமங்கள் உள்ளன. (விதியாக அவற்றில் உள்ள தண்டலம்-நையோபியம் பிரிவற்றது) தண்டலம் காணப்படும் சுரங்கங்கள் ஆப்பிரிக்கா மற்றும் தென் அமெரிக்கா ஆகிய பகுதிகளில் உள்ளது.

தண்டலம் சற்றே நீலமான நிறம் உடைய வெளிர் சாம்பற்பொருள். அதன் இளகுநிலை (3000டிகிரி செல்சியஸ்) முதல் இரண்டு இடத்தை முறையே துங்கஸ்தென் மற்றும் ர்ஹெனியம் பெறுகின்றது. தண்டலமின் உயர்ந்த வலிமையும், கடினத்தன்மையும் அதன் விரிசலில்லா தன்மையுடன் ஜோடித்துக் கொள்கிறது. தண்டலம் தகடுகளால் 0.04 மெட்ரிக்களவு மெலிதாக இருக்க முடியும், அதைக் கயிறு போன்று நீட்டவும் இயலும். ஏராளமான அமிலங்களுடன் எவ்வித தொடர்பையும் தண்டலம் கொள்ளாது தனித்து இருப்பதால் வேதியல் தொழிலில் மதிப்புள்ள பொருளாய் திகழ்கிறது.

மாற்றுறுப்பு :

தண்டலம் கொண்டுள்ள உயிரியல் ஒத்துழைப்பு, அஃதாவது உயிர்த்திசுக்களில் எவ்வித எரிச்சலும் ஏற்படுத்தாமல் வளரும் திறன் தனிச்சிறப்பு உடையது. இதன் காரணமாக மருத்துவத் துறையில் பரவலாக உபயோகப்படுத்தப்படுகிறது, குறிப்பாக பழுதுபோக்கும் சிகிச்சை தண்டலம் இன்றியமையாதது. உதாரணமாக, கபால எலும்பு முறிந்து காணப்பட்டால் தண்டலம் கொண்டு சேர்க்கப் படுகிறது. தண்டலமாலான தகடு கொண்டு செயற்கைச் செவி உருவாக்கப்பட்டது. மருத்துவ வரலாற்றில் பொன் எழுத்துகளால் பொறிக்கப்பட்டுள்ளது. தொடையில் இருந்து எடுக்கப்பட்ட தோல் தண்டலமுள் வளர்ச்சி பெற்றதால் எது புதிய செவி என்று ஒருவரால் பார்த்து சொல்ல இயலாத அளவு இயல்புடன் இருந்தது. பழுத டைந்த நார்த்திசுக்களை பலப்படுத்த தண்டலம் நாரிழை உபயோகப்படுத்தப்படுகிறது. அடிவயிற்று தசை இறுக்கமாக இருக்கவும் தண்டலமை அறுவை சிகிச்சை நிபுணர்கள் உபயோகிக் கின்றனர். பத்திரமாக ரத்த நாளங்களை இணைக்க தண்டலம் ஒருங்கிணைப்பாளராக பயன்படுகிறது. மெலிதாக தெய்யப்பட்ட தண்டலம் செயற்கைக் கண்களுள் பொருத்தப்படுகிறது. மிக மெல்லிய தண்டலமாலான இழைகள் நரம்புகளுக்கு கூட மாற்றாக

பொருத்தப்படுகிறது. ஆகையால் இரும்பாலான நரம்பு என்று இட்டுக்கட்டிச் சொல்வதைக் காட்டிலும் தண்டலமாலான நரம்பு என்று கூறுவது சாலப் பொருத்தமாக இருக்கும்.

நுரை ஈரல் ஆய்வுக்காக :

நுரையீரல் எக்ஸ்ரே செய்யப்பட்டு ஆய்வு செய்யப் படும்போது தண்டலம் ஆய்வுக்கு சிறப்பு கூட்டிடும் பொருளாக அமைந்திடும் என்று ஸ்விஸ் உடற்கூறு நிபுணர்கள் கருதுகிறார்கள். மூச்சை உள்ளிழுக்கும்போது சிறு துகள்களாக உள்ள தண்டலம் பொடி மனித உறுப்புக்கு எள்ளளவும் தீங் கில்லாதபடி நுரையீரல் உள் சென்று படிகிறது. அவற்றை நலமுடன் உள்ள நுரையீரலின் பகுதிகளால் அகற்ற இயலும். ஆனால் அந்தத் தூசுவிட மிருந்து தங்களை நலிவான நுரையீரல் பகுதியால் நீக்க இயலாது. அது அங்கேயே தங்கிவிடும், பாதிக்கப்பட்ட பகுதியையும் காட்டும். இதன் எக்ஸ்ரே புகைப்படம் துல்லியமான ஆய்வு மேற்கொள்ள உதவும்.

மருத்துவம் மட்டும் தண்டலமுடைய முக்கியமான வேலை அல்ல, ஆனால் அதன் வேலையில் நிச்சயம் அதுவே புனிதமானதும் ஆகும். ஆனால் நிச்சயமாக இதிகாச புருஷன் ஒருவரின் பேரைத் தாங்கிய இப்பொருளானது மனிதன் படும் துயரைக் களைய மனிதாபிமான இலட்சியத்துடன் திகழ்வது 'சிம்பாலிக்' ஆனதும் கூட!

இடிதாங்கி :

இடிதாங்கிக்கான குழாய்கள் செய்ய தண்டலம் அற்புதமான பொருளாகும். பேரளவில் இதிகாச தண்டலஸ் நாமத்தை தாங்கியுள்ள இப்பொருள் இடியுருவாக்கி கடவு ளான செயுஸ்க்கு சவால் விட்டு வானிலிருந்து விழும் மின்ன லிடியை புவியாழத்துக்கு அனுப்புகிறது.

வளமான வருங்காலம் :

பிற்காலத்தில் ஆபரணம் தயாரிப்பிலும் தண்டலம் பயன்படலாயிற்று. பல சமயங்களில் ஆற்றலுடன் பீலாதினமை இப்பொருள் முந்துகிறது. அதன் காரணமாக ஒருடன் தண்டலம் தயாரிக்க 3000 டன் தண்டலமாலான படிமங்கள் தேவை. ஆனால் ஆகும் செலவை எல்லாம் வட்டியுடன் தண்டலம் திருப்பி அளித்து விடுகிறது.

தண்டலம் இளம் பொருளாக வேலை தேடி அலைந்து திரிந்த காலம் எல்லாம் மலை ஏறிப் போய் விட்டது. நீங்கள் படித்ததுபோல ஒரு நாள் இப்பொருள் ஆற்றிட வேண்டிய பணி மிகப் பெரிது, ஆனால் இது மட்டும் என்று இதன் கதையை கூறி முடித்திட இயலாது. வண்ணமயமான வருங்காலம் இனிதான் இப்பொரு ளுக்கு வர உள்ளது.

❖

15. துங்கஸ்தென்

ஓ! நாய் :

பல பொருட்கள் தங்கள் பெயர்க்காரணத்தை தாங்களே அறிவிக்கின்றன.

ஹைட்ரஜென் - நீரை உற்பத்தி செய்வது

கர்பன் - நிலக்கரியை உற்பத்தி செய்வது

அதுபோல தலைசிறந்த விஞ்ஞானிகளை சிறப்பிக்கும் விதமாக

மெண்டெலைவியம்

ஐன்ஸ்டினியம்

ஃபெர்மியம்

க்யூரியம்

அவ்வாறு அப்பொருள் தோன்றிய இடத்தை பெயரில் கொண்டு

யூரோப்பியம்

அமெரிக்கியம்

ஃபிரான்சியம்

ஜெர்மனியம்

கலிஃபோர்னியம்

ஆனால் சில பொருட்கள் தாங்கும் பெயருக்குத் தக்க விளக்கம் அளிக்க தேவை உள்ளது.

குலோத்துங்கன் என்ற சோழ நாட்டரசர் பெயரை அறிந்திருப்பீர்கள். கலிங்கத்துப்பரணியில் போர் நடைபெறும் இடம்,

‘துங்கபத்திரை செங்களத்திடை’, அஃதாவது துங்கபத்திரை ஆற்றின் கரை போர்க்களம் என்று கூறுகிறது.

அதுபோலவே கலிங்கத்துப்பரணி, “துங்கவெள் விடை உயர்த்தக்கோன்” என்று கூறுகிறது.

‘துங்க’ என்றால் பொங்கி நுரை தள்ளும் வெண்மை என்று தமிழ் பொருள் கூறுகிறது. கிட்டத்தட்ட இப்பொருளைத்தான் ஆரியமும் குறிப்பிடுகிறது. ஆனால் பாசிட்டிவ்வாக அல்ல அதற்கு நேர்மாறாய்...

பல ஆண்டுகளுக்குமுன் சுரங்கத்தில் இருந்து வந்த ஈயமை பொருளியலாளர்கள் தீயிலிட்டு சுத்தம் செய்யும்பொழுது சில நேரங்களில் கொண்டுவந்த ஈயத்தை விட வெளிவந்த ஈயம் எடையளவில் கணிசமாக குறைந்திருப்பதைக் கண்டனர். ஆனால் அதுகுறித்து அசட்டையாக இல்லாத நம் மூதாதை யர்கள் இளக எடுத்துச் செல்லப்படும் ஈயத்தையும், இளகு நிலை யில் ஏற்படும் மாற்றங்களையும் கூர்மையாக கவனிக்கத் தொடங் கினார்கள். விரைவில் அவர்கள் எப்பொழுதெல்லாம் சுரங்கத்தின் மூலப் பொருட்களில் சாம்பல் மஞ்சள் நிற அல்லது காய்ந்த மஞ்சள் நிற கனமிக்க கற்கள் இருந்தபோதெல்லாம் பிரச்சனை தலை எடுப்பதைக் கண்டனர். இதனைக் கண்கூடாகக் கண்டதும் முடிவு தெளிவானது. நுரைக்கும் உமிழ்நீர் வாயில் இருந்து வழிந்து கொண்டிருக்க ஆடுகளை அடித்து விழுங்கி எவ்வாறு ஓநாய் அதன் வேட்கையை போக்கிக்கொள்கிறதோ அதுபோல அந்த கல் ஈயத்தை அமுக்கி தன் வசமாக்கி விடுகிறது. ஆகையால் அந்தக்கல் ‘ஓநாயின் உமிழ்நீர்’ என்றழைக்கப்படலாயிற்று. சில நாடுகளில் அந்தக் கல்லுக்கு மற்றொரு பேர் கிடைத்தது துங்க்ஸ்தென் அல்லது ‘கனக்கல்’.

கண்டறிதல் :

மருந்தியலாளராக தொழிற்பூண்ட முன்னணி சுவிடன் வேதியாளர் கார்ல் ஸ்கீலெ என்பவரால் துங்க்ஸ்தென் கண்ட றியப்பட்டது. அவர் தனது சிறிய பரிசோதனைக் கூடத்தில் ஏராளமான குறிப்பிடத்தக்க சோதனைகள் நடத்தி ஆக்சிஜன், பேரியம், குலோரின் மற்றும் மாங்கனிஸெ போன்ற பொருட் களைக் கண்டறிந்தார். 1781ம் ஆண்டு தான் இயற்கை எய்தும் முன்பாக ஸ்டாக்ஹோல்ம் விஞ்ஞான சங்கத்தில் துங்க்ஸ்தென்

என்ற படிமம் அறியப்படா அமிலமொன்றின் உப்பு வகை என்று ஸ்தாபித்தார். ஸ்கீலெவின் கீழ் பணிபுரிந்து கொண்டிருந்த ஸ்பெயின் நாட்டைச் சார்ந்த சகோதரர்கள் இருவர் இரண்டு ஆண்டுகள் கழிந்தபின்னர் துங்க்ஸ்தென் என்ற படிமத்தில் இருந்து பிரித்து எடுத்து 'வுல்ஃப்ரேம்' என்று நிலைநாட்டினர். அப்பொருள் தொழில் உலகில் புரட்சி செய்ய வேண்டும் என்று விதி இருந்தது. அப்பொழுது அல்ல 100 ஆண்டுகள் கழிந்த பின்னர்.

எஃகு வெட்டிகள் :

பீலாதினம் எஃகு தான் கடினமானது என்று நெடுங்காலம் கருதப்பட்டது. ஆனால் அதைவிட மிக விலை மலிவான, மிகத் திறன் வாய்ந்த துங்க்ஸ்தென் எஃகு அறிமுகமானதும் பீலாதினம் எஃகு இரண்டாம் இடத்துக்கு தள்ளப்பட்டது.

1864ம் ஆண்டு ராபெர்ட் முஷெட் என்ற ஆங்கிலேயர்தான் முதலாவதாக எஃகுக்கு இணை பொருளாக சுமார் 5% துங்க்ஸ்தெனைக் கூட்டினார். பொருளியல் வரலாற்றில் அவர் தயாரித்த எஃகு "முஷெட்டின் சுய கடினமாக்கி எஃகு" என்ற ழைக்கப்படுகிறது. அவர் தயாரித்த எஃகு செவ்வழலைத் தாங்கும் திறனுடன் தனது கடினத்தன்மையில் சற்றும் இளைத்துவிடாமல் புகழ் பெற்றது. இந்த எஃகு கொண்டு உருவாக்கப்பட்ட வெட்டி கள் பொருட்களை வெட்டிடும் எஃகுடைய வேகத்தினை 50% கூட்டியது. (அதற்குமுன்பு 5 மெட்ரிக் அளவாக இருந்தது 7 மெட்ரிக் ஆனது).

சுமார் 40 ஆண்டுகளில் அதிவேக எஃகு வெட்டிகள் 8% துங்க்ஸ்தென் கொண்டவையாக தயார் செய்யப்பட்டன. இப் பொழுது வெட்டின் வேகம் நிமிடத்துக்கு 18 மெட்ரிக் அளவை யானது. சில ஆண்டுகள் கழிந்தன. வெட்டின் வேகம் 35 மெட்ரிக் அளவானது. இவ்வாறாக 50 ஆண்டுகளில் துங்க்ஸ்தென் உதவி யுடன் எஃகு வெட்டிகள் பொருட்களை வெட்டிடும் ஆற்றல் 7 மடங்கு அதிகரித்தது.

வெட்டிடும் வேகம் மேலும் அதிகரிப்பது சாத்தியமா? கூடுதலாக துங்க்ஸ்தென் சேர்க்கப்பட்டாலும் அந்த நிலையில் இருந்து உயர எஃகுக்கு சக்தி இல்லை. அப்படியென்றால் வரம்பு எட்டப்பட்டுவிட்டது. இதனினும் வேகமாக பொருட்களை

வெட்டிட முடியாது என்பது நிரூபணம் ஆகிவிட்டதா?

மேற்சொன்ன கேள்விக்கான விடையை மீண்டும் அளித்தது துங்க்ஸ்தென். அப்பொருளின் திறன் எல்லாம் விரயம் ஆனது போல தோற்றம் அளித்தாலும் அப்படி நிகழவில்லை. அதிவேக யந்திர போட்டியில் துங்க்ஸ்தென் புறமுதுகு காட்டி ஓடப் போவது இல்லை. 1907ம் ஆண்டு துங்க்ஸ்தென், கோபால்ட் மற்றும் குரோமியம் ஆகியவை மூன்றும் கலந்த கூட்டுப்பொருள்-ஸ்டெலிடெ உருவானது, நவீன கடின கூட்டுப்பொருட்கள் வளர்ச்சியில் ஒரு புதிய சகாப்தம் காண வழிவகுத்தது. இப்பொருளின் வரவால் வெட்டின் வேகம் பெரிய அளவுக்கு அதிகரித்தது. இதன் காரணமாக இன்றைய எஃகு வெட்டிகளின் வேகம் நிமிடத்துக்கு 2000 மெட்ரிக் அளவையாக அற்புதமாக உயர்ந்துள்ளது.

இவ்வாறாக, 5ல் இருந்து 2000-மை எட்டிப்பிடித்த எஃகு வெட்டிகளின் வேகம் உயர்ந்திட துங்க்ஸ்தெனின் புதிய கூட்டுப் பொருட்கள் காரணமாய் அமைந்தது.

செர்மெட்ஸ் :

புதிய அதி கடின கூட்டுப்பொருட்கள் உருவாக்கம் என்பது துங்க்ஸ்தென் கரிபைட்களுடன் இதர பொருட்களான தைத் தானியம், நையோபியம் மற்றும் தண்டலம் ஆகியவற்றின் கரி பைடுகளை துகள்களாக்கி வெப்பத்தில் அழுத்தி இணைப்பதன் மூலம் உருவாக்குவதாகும். இப்பொருட்கள் பொதுவாக செர்மெட்ஸ் என்றழைக்கப்படுகின்றன. 1000டிகிரி செல்சியஸி லும் இவை தமது கடினத்தை இழக்காததால் அபாரமான வேகத்துடன் யந்திர வெட்டிகளாக பயனளிக்கின்றன. துங்க்ஸ் தென் கரிபைட் பொருளின் கடினம் வியப்புடையது. உதாரண மாக, கூர்மையான கத்தி ஒன்றினால் இப்பொருளை தேய்த்தால் இப்பொருள் தேய்வதில்லை. மாறாக அந்தக் கூர்மையான கத்திமுனை தேய்படும்.

நிறம் மிளிரும் :

எது எப்படி ஆயினும் இயந்திரவெட்டியாக மட்டும் புதிய தொழில் நுணுக்கத்துள் துங்க்ஸ்தென் புகவில்லை. 19ம் நூற்றாண்டின் நடுவில் சோடியம் துங்க்ஸ்டேட் பதியப் பெற்ற

நூலிழையாடைகள் மிளிரும்தன்மை பெற்றது அறியப்பட்டது. அதே காலக்கட்டத்தில் துங்க்ஸ்தென் கலந்த மஞ்சள், நீலம், வெள்ளை, காயாம்பூ மற்றும் பச்சை வண்ணங்கள் தயார் செய்யப்பட்டது. மண்பாண்டங்கள் மற்றும் பீங்கான் சாமான்கள் மீது பூச்சாக அது பயன்பட்டது. 17ம் நூற்றாண்டில் சீன மண்ணில் தயாரிக்கப்பட்ட பீங்கான் பாண்டங்கள் இன்றளவும் அதன் புதுமை மாறாமல் உள்ளன. அவற்றின் தனித்துவம் நிரம்பிய கனி நிற வண்ணங்கள் பெருமை வாய்ந்தது. தற்போது அப்பாண்டங்கள் மீது மேற்கொள்ளப்பட்ட வேதியியல் ஆராய்ச்சி அப்பாண்டங்கள் எழிலழகுடன் திகழ்வதற்கு துங்க்ஸ்தென்தான் காரணம் என்று காட்டுகிறது.

இரும்புன் துங்க்ஸ்தென் :

1860ம் ஆண்டு இரும்பு சார்ந்த கூட்டுப்பொருள் ஃபெர்ரோதுங்க்ஸ்தென் என்பது துங்க்ஸ்தென உடன் கலந்து தயாரானது. துங்க்ஸ்தென் அமிலம் உடன் இரும்பு சூடேற்றப்பட்டு இப்பொருள் உருவாக்கப்பட்டது. இப்பொருளின் கடினத்தன்மை யந்திரம் செய்பவர்கள் மற்றும் வேதியலாளர்களை மெய்சிலிர்க்க வைத்தபடியால் ஃபெரோதுங்க்ஸ்தென் தயாரிப்பு மளமளவென உயர்ந்தது.

துப்பாக்கிக்குழாய் :

துப்பாக்கி தயாரிக்கும் எஃகுள் துங்க்ஸ்தெனை நுழைக்கும் முயற்சி முதல் தடவையாக 1882ம் ஆண்டு நடைபெற்றது. செயிண்ட் பீட்டர்ஸ்பர்க்கில் உள்ள பட்டிலோவ் தொழிற்

சாலையில் பேராசிரியர் வி.என்.லிபின் என்பவர் துங்க்ஸ்தென் எஃகு இளகக் கண்டார். சிறிதளவு துங்க்ஸ்தென் சேர்க்கப்பட்ட எஃகு மூலம் தயாரிக்கப்பட்ட துப்பாக்கிக் குழாய்கள் வெடிப்புக்குப் பின்னர் துப்பாக்கி ரவைகள் வெளியிட்ட புகை யால் அரிப்புற்றிடாமல் காத்தன. அத்தகைய எஃகுக்கு பொருள் காண்பதில் பிறரைவிட ஜெர்மன் பொறியாளர்கள் ஒரு தலைமுறை முன்னோக்கி இருந்தனர். முதல் உலகப்போர் உண்டான காலத்தில் எடை குறைவான ஜெர்மன் துப்பாக்கிகள் கொண்டு 15000 முறை இடைவிடாமல் சுட இயன்றது. ஆனால் ரஷ்ய மற்றும் பிரெஞ்ச் துப்பாக்கிகள் 6 அல்லது 8 ஆயிரம் தரம் சுட்டவுடன் அடக்கம் செய்ய அனுப்பப்பட வேண்டிய பொருளாய் பாழானது.

அக்காலத்தில் உலகில் துங்க்ஸ்தென் உற்பத்தி ஏற்றம் பெற்றது. இயற்கையான நிகழ்வுதான். 1890களில் உலகம் வெறும் 200-300 டன் எடை கொண்ட துங்க்ஸ்தென் மட்டும் உற்பத்தி செய்தது, ஆனால் 1910ம் ஆண்டு 8000 டன்களும், 1918ம் ஆண்டு 35000 டன்களும் துங்க்ஸ்தென் உற்பத்தியானது.

ஓநாய் வாய்நுரை :

உற்பத்தி பெருகினாலும் தேவையைவிட குறைவாகத் தான் துங்க்ஸ்தென் கிடைத்தது. ஜெர்மனியிடம் சொந்தமாக துங்க்ஸ்தென் சுரங்கம் ஏதுமில்லை, ஆகையால் கடுமையான பற்றாக்குறை அந்த நாட்டில் நிலவியது. போர் ஏற்படும் பட்சத் தில் உபயோகிப்பதற்காக ஜெர்மனி சேர்த்து வைத்திருந்த துங்க்ஸ்தென் சீக்கிரம் தீர்ந்துபோனது. ஆனால் போர் இன்னும் அதிகம் துங்க்ஸ்தென் தேவை என்றது.

ஜெர்மன் பொருளியலாளர்கள் இப்பிரச்சனையில் இருந்து மீள வழி என்ன என்று தங்கள் மூளையைக் குடைந்தனர். பொருள் எனும் குழவியை தேவை எனும் தாய் ஈன்று எடுப்பதாக சொல்லப்படுவது உண்டு, ஆகையால் அவர்கள் அச்சமயம், 'வெறி கொண்ட ஓநாய் வாயில் கசியும் நுரைக்கும் உமிழ்நீரை' நினைவுக்கு கொண்டு வந்தனர். ஆகையால் 17ம் நூற்றாண்டின் தொடக்கம் முதல் மலைபோலக் குவிந்திருந்த ஈயம் தயாரிக்கப்பட்டு எஞ்சிய கழிவுகளை களஞ்சியமாக பாவிக்கலாயினர். வெகு சீக்கிரத்தில் உமிழ்நுரையும் அதன்

உணவான ஆடு தத்துவம் புரிந்து துரிதகதியில் துங்க்ஸ்தென் தயாரிக்கத் தொடங்கினர். இந்தக் கழிவுகளில் இருந்து பெறப் பட்ட துங்க்ஸ்தென் கொண்டு வயிறு புடைக்க சாப்பிடும் அளவுக்கு இல்லையென்றாலும் சுவைக்க எலும்பு கிடைத்த மகிழ்ச்சியாவது கிடைத்தது என்றால் மிகையல்ல.

தீர்க்கதரிசனமான வாக்கு :

அந்தக் காலத்தில் ரஷ்யாவின் நிலைமை பற்றி கல்வியாளர் அலெக்சாண்டர் ஃபெர்ஸ்மேன் எழுதினார், "அக்டோபர் புரட்சிக்கு முற்பட்ட காலத்தில் விஞ்ஞான சங்கத்தின் இயற்கை வள சக்தி ஆணையம் எச்செயலையும் புரிய அனுமதி மறுக்கப்பட்டது. ரஷ்யாவில் விஞ்ஞானம் இக்கட்டான சூழலில் சிரமப்பட்டது, விஞ்ஞானிகள் செய்யும் புதிய முயற்சிகளுக்கு எண்ணற்ற முட்டுக்கட்டைகள் போடப்பட்டது. சுமார் இரண்டு ஆண்டு காலத்துக்கு துங்க்ஸ்தென் அபிவிருத்தி மற்றும் அதன் வளங்களை தேடுதல் ஆகியவற்றுக்கு சல்லிக்காசு கொடுக்கக்கூட அரசுக்கு விருப்பமில்லை."

ஆனால் ஆராய்ச்சிக்குத் தேவையான நிதித்தேவை பூர்த்தி ஆகாமல் இருந்தது மட்டும் விஞ்ஞானிகள் ரஷ்யாவில் எதிர்கொண்ட கஷ்டமான பிரச்சனை இல்லை. இப்பிரச்சனை குறித்து கல்வியாளர், விஞ்ஞானி, கப்பல் வடிவமைப்பாளர் அலெக்ஷி கிரிலோவ் என்பவர் தனது புத்தகத்தில் எழுதிய குறிப்பு ஒன்றை நினைவுகூர்வது அவசியமாகும்.

1917ம் ஆண்டு ஜனவரி மாதம் நிக்கோலஸ் 2 ஆட்சியின் கடைசி வாரங்கள், ரஷ்யாவின் தொழில்துறை மிகுந்த நாட்டம் கொண்டிருந்த துங்க்ஸ்தென் உற்பத்தி குறித்த கேள்வியை தேச அபிவிருத்தி சக்தி ஆணையம் விவாதித்துக் கொண்டிருந்தது. செல்வாக்கு படைத்த ஜார் மன்னரின் அதிகாரி நிலைமை குறித்து அரசவையில் அறிக்கை ஒன்று சமர்ப்பித்தார். அதில் டார்க்கெஸ் டான் என்ற பகுதியில் துங்க்ஸ்தென் வளம் உள்ளது என்றும் அப்பகுதியில் ஆய்வு மேற்கொண்டிட 500 ரஷ்யப் பணம் (ரூபிள்) தேவைப்படுகிறது. அவர் வேண்டுகோளைக் கேட்டு அமைதி நிலவியது. ஜார் அவையில் இருந்த அனைத்து பிரதிநிதிகளுக்கும் அப்பகுதியில் துங்க்ஸ்தென் வளம் நிரம்பி செழித்திருப்பது தெரியும். ஆனால் அதை எடுத்துச் சொல்ல

யாருக்கும் தைரியம் இல்லை. ஏனெனில் அந்த நிலம் ரஷ்யாவின் செல்வச் செழிப்பான பகுதி - ஜார் அரசரின் நெருங்கிய உறவினர் மாபெரும் இளவரசர் விலாதி மிரோவிக் என்பவரது சொத்து. அந்த இடத்தில் வளம் பெற்றிட நினைத்துப் பார்ப்பதும், மன்னிப்பு இல்லாத குற்றம்!

ஆக, ஜார் அரசவையில் நிலவிய நெடிய அமைதியை கல்வியாளர் கிரிலோவ் தகர்த்தார் : டர்க்கெஸ்பான் சுரங்கங் களைப் பொறுத்தவரை விஷயம் வெகு எளிதாக உள்ளது. இதோ நீங்கள் கேட்ட 500 ரூபிள்கள். கிரிலோவ் தனது பையில் இருந்து பீட்டர் 1 படம் பதித்த வங்கித்தாளை அங்கு வீற்றிருந்த கல்வியாளர் ஃபெர்ஸ்மேனிடம் அளித்தார். ஆனால் கிரிலோவ் தொடர்ந்தார், டர்க்கெஸ்டான் பகுதியில் துங்க்ஸ்தென் சுரங்கங் கள் அமைந்துள்ள நிலம் மாபெரும் இளவரசர் விலாதிமிரோலிக் உடைமையாகும். துங்க்ஸ்தென் என்பதன் பொருள் அதிவேக எஃகு அல்லது பீரங்கிக் குண்டுகளின் உற்பத்தி இரட்டித்தல் என்பதாகும். இனி, இது தொடர்பாக மன்றாடுதல் அல்லது விளங்கச் சொல்லி புரியவைக்க முனைதல் போன்றவற்றுக்கு இடமில்லை. விஷயம் இவ்வளவுதான் பீரங்கிகளுக்கு (ஷ்ராப் நெல்) குண்டு இல்லை எனில் உலகப்போரில் நாம் தோற்று விடுவோம். அதன் காரணமாக விலாதிமிரோவிக் மட்டுமல்ல அரச வம்சம் முழுவதும் ஹெல்லுக்கு செல்லும்.

விஞ்ஞானி நொந்து கூறிய தைரியமான வார்த்தைகள் பலித்தன. ஒரு மாதம் கழிந்தபின்னர் ரஷ்யாவை அச்சமயம் ஆண்ட ரோமனோவ் வம்சம் தூக்கி எறியப்பட்டது.

தன்மைகளும், பயன்களும் :

உலகம் உற்பத்தி செய்யும் துங்க்ஸ்தெனில் 95% கடினமான எஃகு தயாரிக்கப் பயன்படுகிறது. மீதமுள்ள 5% தனிச் சிறப்புள்ள அதன் தன்மைகளுக்கு உபயோகமாகிறது. துங்க்ஸ்தெனை இளகு நிலைக்கு உட்படுத்த பல பொருட்கள் ஆவியாகும் அளவுக்கு அதிகமான வெப்பம் தேவைப்படுகிறது. அதாவது 3400 டிகிரி செல்சியஸில் துங்க்ஸ்தென் இளகத் தொடங்குகிறது. சூரியன் அருகாமையில் சென்றால்கூட துங்க்ஸ்தென் இளகிய நிலையில் தான் இருக்குமேயொழிய காற்றில் கரைவது இல்லை. அதன் கொதி நிலை 5500 டிகிரி செல்சியஸுக்கும் மேல். இதன்

காரணமாகத்தான் நவீன தொழிலான மின் பொறியியலில் துங்க்ஸ்தென் பரவலாக பயன்படுத்தப் படுகிறது.

1906ம் ஆண்டு வரை மின்விளக்குகளில் பயன்பட்டு வந்த ஆஸ்மியம், மற்றும் தண்டலம் இழைகளுக்கு துங்க்ஸ்தென் இழைகள் பிரியா விடை கொடுத்தது. துங்கஸ்தென் இழைகள் பிடிப்பு விடாத அசுர பலம் பொருந்தியது. ஒரு சதுர செண்டி மீட்டர் துங்க்ஸ்தென் 40 டன் வரை எடையை தாளவல்லது. எந்த உயர்தர எஃகுவையும் விட இது பன்மடங்கு அதிகமாகும். இத்தன்மையை 800 டிகிரி செல்சியஸிலும் தக்க வைத்திருப்பது ஆச்சரியமானதாகும்.

உயர்ந்த வலிமை கொண்ட துங்க்ஸ்தென் வளையவும் வல்லதாகும். வெறும் 250 கிலோ கிராம் உள்ள துங்க்ஸ்தெனை 100 கிலோமீட்டருக்கு கயிறாக திரித்திடலாம். தொழில்நுட்ப உலகை ஆக்க மானுட குலத்துக்கு பொருட்கள் நன்றியுடன் சேவகம் புரிந்துள்ளன. இந்தச் செயல்பாட்டில் துங்க்ஸ்தென் முக்கிய பாத்திரம் வகித்துள்ளது. வருங்காலத்தின் விளிம்பைத் தொடும் போட்டியில் ஏனைய பல பொருட்களை விட துங்க்ஸ்தென் ஒரு படி மேல் உள்ளது.

❖

16. பிலாதினம்

வெள்ளி அல்ல :

16 மற்றும் 17ம் நூற்றாண்டுகளில் ஸ்பெயின் நாட்டைச் சார்ந்தவர்கள் அமெரிக்க பூர்வகுடி மக்களான அஸ்டெக்ஸ் மற்றும் இன்காஸ் ஆகியோரை ஈவிரக்கமின்றி கொன்றொழித்து நாடு பிடித்தனர். அச்சமயம் டன் கணக்கில் பொன், வெள்ளி, பாதரசம் போன்ற செல்வங்கள் தென் அமெரிக்காவில் இருந்து ஸ்பெயினுக்கு சரமாரியாக கப்பலில் ஏற்றப்பட்டு அனுப்பப் பட்டது.

வடமேற்கு தென் அமெரிக்கக் கண்டத்தில் உள்ள கொலம்பியா நாட்டின் பிலேட்டினோடெல் பிண்டோ என்ற ஆற்றின் படுகையில் ஒருநாள், பொன் துகள்கள் மற்றும் அறியப்படாத கனத்த வெள்ளிபோல் தோற்றமளிக்கும் பொருளையும் ஸ்பெயின் நாட்டு கொள்ளை வெறிக் கூட்டத்தி னர் கண்டனர். அப்பொருளின் அதிகபட்ச இளகுநிலையால் அது அவர்களுக்கு உபயோகமற்ற பொருளாகத் தோன்றியது. மேலும் பொன்னை சுத்தம் செய்கையில் இப்பொருள் குறுக்கீடு செய்வதாகவும் தோன்றியது. ஆகையால் அப் பொருளை அவமானம் செய்யும் விதமாக பிலேட்டினோ என்றழைத் தனர். அதன் பொருள் தரமற்ற வெள்ளி என்பதேயாகும். இதையடுத்து பெருமளவில் பிலேட்டினமும் ஸ்பெயினுக்கு கப்பலேற்றப்பட்டது. அங்கு அது வெள்ளியைவிட மலிவான விலைக்கு விற்பனை செய்யப்பட்டது.

சிலகாலம் சென்றது. அச்சமயம் பொன் உடன் பிலேட்டினம் எளிதாக இளகுவதை அறிந்த ஸ்பெயின் நாட்டு நகை ஆசாரிகள் பொன்னுடன் பிலேட்டினம் கலந்து கலப்பட ஆபரணங்கள் செய்ய ஆரம்பித்தனர். போதாக்குறைக்கு போலி நாணயங் களும் தயாரித்து புழக்கத்தில் விடலாயினர். இப்படிப்பட்ட மாறாட்ட மோசடி குறித்து அறிந்த ஸ்பெயின் நாட்டு மன்னர் தங்கள் நாட்டுத் துறைமுகத்தில் எக்கப்பலும் இப்பொருளை கொண்டு வந்து இறக்கக்கூடாது என்றார். நேர்மையான ஜனங்களை மோசடிப் பேர் வழிகள் மேலும் ஏமாற்றாமல் இருக்க இருப்பில் உள்ள எல்லா பிலேட்டினமையும் தீர்த்துக்கட்ட உத்தரவிட்டார். சாட்சிபூர்வமாக ஸ்பெயின் நாட்டில் உள்ள எல்லா பிலேட்டினமும் சேகரிக்கப்பட்டு ஆழ்கடல் அடியில் வீசி எறியப்பட்டது. பிலேட்டினம் வரலாற்றில் முதல் அத்தியாயம் மேற்சொன்னதுபோல சோகமாய் நிறைவுற்றது.

அப்பொருள் முதலில் அகப்படவில்லை என்று அறியப் பட்டது.

வயிரமெஃகு :

மேற்கூறிய காலக்கட்டத்தில்தான் எஃகுக்கு வலிமை யூட்டும் பொருளாக பிலேட்டினம் சேர்க்கப்பட்டது. அப்படித் தயாரிக்கப்பட்ட வாளானது வயிரம் போன்று கண்ணாடியை பிசிறின்றி அறுத்தது, இரும்பை கூர் மங்காமல் வெட்டிற்று. பொதுவாகச் சொன்னால், அந்நாள் வரை மனிதன் அறிந்த பொருட்கள் எல்லாவற்றையும்விட பிலேட்டினம் எஃகு கடின மானதாக இருந்தது. எப்பேர்ப்பட்ட அடியையும் நொறுங்கிப் போய்விடாமல் தாங்கவல்லதாய் இருந்தது. அதன் அசாதாரண கடினத்தன்மை காரணமாக வயிரமெஃகு என்றழைக்கப்பட்டது.

உற்பத்தி :

பிலேட்டினம் உற்பத்தி செய்யும் நாடுகளில் ரஷ்யா முன்னிலை வகிக்கிறது. 1915ம் ஆண்டு ரஷ்யா, உலகின் 95% பிலேட்டினம் உற்பத்தி செய்தது. மீதமுள்ள 5% பிலேட்டினம் கொலம்பியாவில் உற்பத்தியானது. பிற்காலங்களில் தென் ஆப்பிரிக்கா, கனடா, அமெரிக்கா ஆகிய நாடுகளும் பிலேட்டினம் உற்பத்தியைத் தொடங்கின. உலகில் பிலேட்டினம் மிக அரிதா கவே கிடைக்கின்றது. இயற்கையில் தனியாக பிலேட்டினம்

கிடைப்பது மிக அரிதாகும். இதுவரை பெறப்பட்ட பிலேட்டினம் பாளங்களில் மிகப்பெரியது 10 கிலோ கிராமுக்கும் சற்று குறைவுதான்!

ஒரு வழிப்பார்வை :

கண்ணாடி மீது மிக மெல்லிய பிலேட்டினம் பூசப்பட்டால் அந்தக் கண்ணாடியில் அதிசயம் உள்ள அம்சமாக ஒரு வழிப் பிரதிபலிப்பும், மற்றொரு வழிப் பார்வையும் ஏற்படுகிறது. ஒரு காலத்தில் பிலேட்டினம் கண்ணாடிகள் அமெரிக்காவில் மிகப் பிரபலமாக விளங்கின. அலுவலகங்கள் மற்றும் இல்லங்கள் தரைத்தளத்தில் அமையும்பொழுது அவை திரைச்சீலையாக பயன்படுத்தப்பட்டு வந்தது.

நன்றி :

அமெரிக்க பூர்வகுடி மக்களான அஸ்டெக்ஸ் என்போர் தான் ஆதியில் பிலேட்டினம் கொண்டு கண்ணாடி தயாரித்தவர்கள். ஆனால் அவர்கள் தயாரித்த கண்ணாடிகள் 100% பிலேட்டினத்தால் ஆனவை. வழவழப்பான நன்கு மெருகு ஏற்றப்பட்ட பிலேட்டினம் தகடுகள். இன்றளவும் அப்படியொரு பிலேட்டினம் கண்ணாடியை எப்படி அவர்கள் தயாரித்தனர் என்பது ஒரு புரியாத புதிராகத்தான் உள்ளது. ஏனெனில் பிலேட்டினத்தை உருப் பொருளாக்க அதன் இளகு நிலை 1769டிகிரி செல்சியஸ் எட்டப்பட வேண்டும். அக்காலங்களில் இத்தகைய உயர் வெப்ப நிலையை அடைய எந்த உபகரணமும் இல்லை என்பது உறுதி. எனினும் எப்படியோ இந்த அரும் செயலை அவர்கள் செய்து முடித்தனர். மாபெரும் அஸ்டெக் அரசரான முண்டெசுமா அப்படிப்பட்ட ஏராளமான கண்ணாடிகளை ஸ்பெயின் நாட்டு அரசருக்கு அனுப்பிவைத்தார். அதற்கு ஸ்பெயின் நாட்டரசர் சிறப்பான நன்றிக்கடன் காட்டினார். 1520ம் ஆண்டு முண்டெசுமா கைதியாக்கப்பட்டு மரண தண்டனை பெற்றார்.

நடைமுறை உபயோகம் :

1800களின் தொடக்கத்தில்தான் முதல்முறையாக பிலேட்டினம் நடைமுறை உபயோகத்துக்கு பயனுள்ள பொருளானது. வீரியமிக்க சல்ஃப்யூரிக் ஆசிட் சேமித்து வைத்திட யாரோ ஒருத்தர் பிலேட்டினத்தால் ஆன பாண்டம் செய்தார். பல வேதியற் பொருட்களுக்கு பிலேட்டினம் மசியாத காரணத்

தால் இப்பொருள் பெருமளவில் வேதியல் பரிசோதனைக் கூடங்களில் உபயோகப்படுத்தப்படுகிறது.

மிகப் பிரபலமான செக்கோஸ்லாவாக்கிய கண்ணாடி தொழிற்சாலைகளில் பிலேட்டினம் கொண்டு தயாரிக்கப்பட்ட விசேட கரண்டிகள்மூலம் இளகுநிலையில் உள்ள கண்ணாடிப் பொருள் கிண்டிடப்படுகிறது. அதன் விலை 750000 க்ரோனெண். அந்த இளகுநிலை கண்ணாடியைத் தாங்கும் கொள் கலனின் விலை அதனைவிட இரண்டு மடங்கு ஆகும். இவ்வளவு விலைக்கு அந்தப் பொருள் தகும் என்று கருதப்படுகிறது. ஏனெனில் சமீபத்தில் தொழில்நுட்பமும் உயர்தரமும் இதனால் ஒருங்கிணைகிறது. ஆகையால் உலகத்தரம் வாய்ந்த நுண்நோக்கிகள் மற்றும் தொலைநோக்கிகள் தயாரிக்கப்படுகின்றன.

புதிய லைட்டர் :

பல வேதியல் மாற்றங்கள் நிகழ துணைபுரியும் பிலேட்டினம் தனது தன்மையில் இருந்து சிறிதும் மாற்றம் அடைவதில்லை. இந்த சிறப்புவாய்ந்த தன்மையை பயன்படுத்தி ஹங்கேரி நாட்டில் ஒரு புதுவித சிகரெட் லைட்டர் அறிமுகம் செய்யப்பட்டுள்ளது. பண்டைய லைட்டர்கள் போல இப்புதிய லைட்டரில் பற்சக்கரம் அல்லது சிக்கிமுக்கி கல் இல்லை. சும்மா மூடியை திறந்தால் போதும் லைட்டர் தீ ஜூவாலையை வெளியே விடும். உள்ளிருக்கும் வாயு வெளியேறி காற்றைத் தொட்டதும் தீ பற்றிக் கொள்கிறது. ஆனால் இந்த இயக்கம் பிலேட்டினம் இருந்தால் மட்டும்தான் சாத்தியம். வாயு வெளியேறும் இடத்தில் பிலேட்டினத்தால் வளையம் செய்யும் வேதியல் மாற்றம் தீ உருவாகக் காரணமாகிறது. இந்த லைட்டரில் உருவாகும் தீ காற்றடித்தால் அணைந்துவிடாது. மாறாக, எவ்வளவுக்கு எவ்வளவு காற்று பலமாக வீசுகின்றதோ அவ்வளவுக்கு அவ்வளவு தீ ஜூவாலையும் உயர்ந்து எரியும். வளையம்மீது மூடியைப் போட்டவுடன் தீ ஜூவாலையும் அணைந்துவிடும்.

மருந்து :

உடல்நலன் பேணுவதில் பிலேட்டினம் அதிக பயன் பாட்டைப் பெற்று வருகிறது. பிரத்யேகமாக செய்யப்பட்ட

பிலேட்டினம் கம்பிகள் கொண்டு இரத்த நாளங்களை தொடர்பு வைக்கும் அறுவை மருந்தாளுமை நிபுணர்களால் பல உடற்பிணி களை குறிப்பாக, இருதயம் தொடர்பான பிணிகளை ஆய்வு செய்ய இயல்கிறது. ஹைட்ரஜென் மற்றும் பிலேட்டினம் ஆகியவற்றின் மின்வேதியல் செயல்பாட்டின்மூலம் இது சாத்தியமாகிறது. இதற்கு பிலேட்டினம் ஹைட்ரஜென் ஆய்வு என்று பெயர். இம்முறையானது பல நாடுகளில் பிரபல மடைந்துள்ளது.

அமெரிக்காவின் ஓஹியோ மாகாண டாக்டர்கள் புதிய விதத்தில் மரத்துப் போகச் செய்யும் வழியைக் கண்டறிந்துள்ளனர். மின்கலன் மற்றும் பிலேட்டினம் கொண்டு செய்யப்பட்ட தகடு இதில் உபயோகிக்கப்படுகிறது. நோயாளி யின் சிறிய அசைவு மின்சமிக்ஞையை மூளைக்கு அனுப்புகிறது. இதனால் வலி உணரும் அனைத்துப் புலன்களும் அடைபட்டு விடுகின்றது. தண்ணீரால் பாதிப்படையாத பிலேட்டினமின் குணத்தால் பல் மருத்துவத்திலும் பிலேட்டினம் முக்கிய இடம் வகிக்கிறது.

பொன்னுக்கு மேல் :

உலகில் உற்பத்தியாகும் பிலேட்டினத் தின் பெரும் பங்கு ஆபரணம் தயாரிப்ப வர்களால் பெறப்படுகிறது. விலையைப் பொறுத்தவரை பொன்னைவிட பிலேட்டினம் பல மடங்கு உயர்ந்தது. முதலாம் உலகப்போருக்கு முன்னர் கூட பிலேட்டினம் கொண்டு செய்யப்பட்ட மோதி ரங்கள், காதணிகள், கை வளை யங்கள் போன்றவை பிரபலமாய் விளங்கின. மொத்தத்தில் பிலேட்டினம் நவநாகரிகச் சின்னமாக ஆகிவிட்டது. இதன் காரணமாக, மடியில் தவழும் நாய் போன்ற வளர்ப்புப் பிராணிகளின் சங்கிலிகள் மற்றும் சொன்னதை திரும்பச் சொல்லும் கிளிகளின் கூண்டுகள் பிலேட்டினம் கொண்டு தயாரிக்கப்படுகின்றன.

❑ ❑ ❑